नरवीर तानाजी मालुसरे

हिमांशू शर्मा

डायमंड बुक्स

www.diamondbook.in

© लेखकाधीन

प्रकाशक :डायमंड पॉकेट बुक्स (प्रा.) लि.
X-30, ओखला इंडस्ट्रियल एरिया, फेज-II
नई दिल्ली-110020.
फोन : 011-40712200,
इे-मेल : sales@dpb.in
वेबसाइट : www.diamondbook.in

नरवीर तानाजी मालुसरे (मराठी)
Navreer Tanaji Malusare (Marathi)
By : Himanshu Sharma

प्रस्तावना

आपले शौर्य आणि बहाद्दुरीच्या इतिहासासाठी भारताची जगात एक अनोखी ओळख निर्माण झाली आहे. बाहेरून आलेल्या आक्रमकांना आपल्या वीर आणि शूर वीरांनी आपल्या समोर गुढगे टेकायला लावले आहेत. त्यामुळे ही धरती शूर वीरांची धरती म्हणूनही ओळखली जाते. भारताच्या इतिहासात असे अनेक लढवय्ये झाले आहेत, ज़्यांचे नाव आजही त्यांचे शौर्य आणि पराक्रमासाठी क़ाढले जाते. पण काळाच्या ओघात आज काल त्यांचे महत्त्व आणि शौर्य काळाच्या पडद्याआड लुप्त होताना दिसते. अशाच एका महापरक्रमी यौद्ध्याची गाथा इथे सांगितली आहे. ज़्याचे नाव आहे, महापराक्रमी नरवीर तानाजी.

क़ोणी आपल्या नशिबात सुख वैभव घेऊन येते तर कोणी क़ठोर संघर्षातून आपले नशीब स्वतः निर्माण करतो. ज़्यांनी शिवाजी महाराजांच्या मराठा साम्राज्यावर आपला अमीट ठसा उमटविला होता, अशा काही निवडक यौद्ध्यांपैकी तानाजी मालुसरे एक होते. मराठी साम्राज्याचा उल्लेख केल्यावर आपल्याला फक्त छत्रपती शिवाजी महाराजांची आठवण होते. वास्तविक पाहता हे खरेही आहे कारण शिवाजी महाराजांनीच मराठा सम्राज्याचा पाया घातला होता. त्यामागे त्यांचा उद्देश हिंदु साम्राज्याची स्थापना करण्याचा होता. शिवाजी महाराजांनी मराठा साम्राज्याची स्थापना करण्यासाठी ज्या शूर वीर साम्राज्याचे रक्षण करण्यासाठी आपल्या प्राणांचे बलिदान केले, अशापैकी एक शूर वीर तानाजी मालुसरे होते.

मराठी साम्राज्याचे संस्थापक शिवाजी महाराज यांचे तानाजी मालुसरे अतिशय जवळचे मित्र होते. त्यांच्या सैन्यातील ते निष्ठावान मराठा सरदार होते. त्यांच्यासोबत ते प्रत्येक लढाईमध्ये सहभागी होत होते. तानाजी मालुसरे यांच्या बलिदानामुळेच शिवाजी महाराज कोंढाण्यासारखे किल्ला, ज्यावर मोगलांनी ताबा मिळविला

होता, त्यावर पुन्हा विजय मिळवून तिथे भगवा फडकविला होता. क़ोंढाणा किल्यावर पुन्हा भगवा फडकविण्याचे कारण तानाजींनाच समजले जाते. तानाजी मालुसरे शिवाजी महाराजांच्या चरित्राचा अविभाज्य भाग असून त्यांच्याशिवाय मराठा साम्राज्याची कल्पना करणेही शक्य नाही. या कथेमध्ये आपण तानाजी मालुसरे, मराठा साम्राज्य, शिवाजी महाराज आणि औरंगजेब तसेच सिंहगड किल्ल्यावरील विजयांबद्दल माहिती करून घेऊन तानाजी मालुसरे यांच्या जीवनावर थोडक्यात प्रकाश टाकणार आहोत.

अणुक्रमणिका

१

दुःस्वप्न

चहुबाजूला भयंकर आग लागली होती. आगीच्या भयंकर प्रकोपामुळे लोक इतस्तः पळत सुटले होते. आपल्या हातात तलवारी आणि जळत्या मशाली घेऊन घोडेस्वार घरांना आगी लावत होते. इतकेच नाही तर समोर येईल त्याचे शीर धडापासून वेगळे करीत होते. घनघोर आंधाऱ्या रात्री अख्खे गाव आगीच्या ज्वालांनी घगधगत होते. त्यामुळे सर्वत्र तीव्र प्रकाश पसरला होता. आगीच्या लोटात प्रत्येकाचा चेहरा स्पष्टपणे दिसत होता. हे भीतीदायक दृष्य अतिशय विचलित करणारे होते. बायका मुले आरडा ओरडा करीत होते. महिला आक्रोश करीत होत्या, पुरुषांना मृत्यूच्या दाढेत ढकलले जात होते. सर्व ठिकाणी प्रेतांचे खच पडले होते. पण त्या सशस्त्र सैनिकाचा सामना करू शकेल, असा कोणीही मायेचा पूत त्यामध्य नव्हता. ही एक अतिशय भयावह स्थिती होती.

तोच अचानक पार्वतीबाई ओरडत आपल्या आंथरुणावर उठून बसली. भीतीमुळे कपाळावर घामाचे थेंब जमा झाले होते. ड़ोळयांच्या बाहुल्या मोठ्या झाल्या होत्या आणि हृदयाची धडधड तसेच श्वासांची असामान्य गती यामुळे स्वप्नातील भीतीदायक स्थिती जाणवत होती. पार्वतीबाईच्या शेजारी झोपलेले त्यांचे पती कालोजी मालुसरे उठले आणि पार्वतीबाईंना सावरत म्हणाले, 'काय झाले?'

"मी पुन्हा एकदा गोदोलीला जळताना पाहिले." पर्वातीबाई थरथरत म्हणाल्या.

पार्वतीबाई गरोदर होती. सरदार कालोजीने तिच्या माथ्यावर हात ठेवला. तिच्या पोटावरून हात फिरवित म्हणाले,

"क़ाळजी करण्याचे काहीच कारण नाही. हे एक दुःस्वप्न होते. शिवाय स्वप्न काही नेहमीच खरी होत नाहीत." पार्वतीबाईला पुन्हा झोपी घालून सरदार कालोजी झोपी गेले. पार्वतीबाईंचे डोळे मात्र अजूनही शून्यात काही तरी बघत होते.

या गावाचे नाव गोदोली होते. ते महाराष्ट्रातील सातारा जिल्ह्यात होते. प्राचीन काळापासूनच या गावाचा इतिहास अतिशय रोमांचक राहिला आहे. क़ारण वीर पुरूषांचे जन्मगाव म्हणून या गावाचा लौकिक पसरलेला होता. सरदार कालोजी मालुसरे यांचा जन्मही इथेच झाला. ते एक मराठा कोळी होते. श्री कालेश्वरी देवीवर मालुसरे कुटुंबाची सुरूवातीपासूनच आस्था होती. याच कालेश्वरी देवीच्या नावावरून सरदार कालोजी मालुसरे यांचे त्यांच्या आई वडिलांनी नाव ठेवले होते.

सरदार कालोजी नंतर त्यांचे लहान भाऊ भंवरजी यांचा जन्म झाला आणि दोघेही भाऊ एका शेतकरी कुटुंबात वाढले. दोघा भावांतील परस्परांबद्दलचे प्रेम पाहून लोक त्यांना राम- कृष्ण म्हणून ओळखत असत. त्यांना सर्व प्रकारचे शिक्षण मिळाले होते. दोघेही भाऊ तलवारबाजी, घोडेस्वारी, लाठी काठी यामध्ये निपूण होते. या मालुसरे बंधुच्या साहसाची आणि शौर्याची गाथा दूर दूरपर्यंत पोहचली होती. सरदार कालोजी मालुसरे यांच्या शौर्याची आणि वीरतेची गाथा ऐकून प्रतापगढच्या शेलार परिवाराने आपली मुलगी पार्वतीबाई हिच्याशी त्यांचा विवाह लाऊन देण्यात आला.

विवाहाला अनेक वर्षे झाल्यानंतरही त्यांना संतान सुख मिळाले नव्हते. यावेळी पहिल्यांदाच पार्वतीबाई गरोदर राहिली होती आणि संपूर्ण मालुसरे कुटुंबाला एका इवल्याशा पाहुण्याच्या आगमनाची उत्सुकता लागून राहिली होती.

श्री रत्नेश्वर शंभु महादेवाची पूजा करणारे सरदार कालोजी यांना महादेवाची भक्ती करीत असल्यामुळे शिवभक्त म्हणूनही ओळखले जात असत. ते रोज सकाळी शंभू महादेवाची पूजा करीत असत.

आज महाशिवरात्रीचा दिवस होता आणि श्री रत्नेश्वर महादेवाची पूजा करण्यासाठी मंदिरात आले होते. मंदिर सजविण्यात आले होते आणि घंट्यांचा घणघणाट तसेच हर हर महादेवाच्या गर्जनेने मंदिर घणघणत होते. ख़ूप लोक तिथे शिवलिंगावर दूध अर्पण करीत होते.

सरदार कलोजी मालुसरे यांनी पूर्ण विधिवत महादेवाची पूजा केल्यावर बाहेर पडले नाही तोच गावातील एका व्यक्तीने त्यांच्या कानात काही तरी सांगितले. ते ऐकताच सरदार कालोजी अतिशय घाईघाईने आपल्या घोड्यावर बसले आणि घोड्याचा लगाम ओढला. कदाचित ती बातमीच तशी महत्त्वाची असावी. त्याच्या आधी क्वचितच सरदार कालोजी यांनी आपला घोडा इतक्या वेगाने पळविला असावा. ज़ंगलातील वाट तुडवित घोडा आपल्या वेगाने ग़ावाच्या दिशेने धावत सुटला होता.

ग़ावात पोहचताच आपल्या घराच्या बाहेर अनेक लोक उभे असल्याचे सरदार कालोजी यांनी पाहिले. आपल्या घोड्यावरून उडी मारून त्याला न बांधताच ते थेट आपल्या घरात प्रवेशले. आत घरातील सर्व सदस्य उपस्थित होते. घरात पोहचताच सरदार कालोजी यांनी एका खाटेवर पहुडलेल्या पार्वतीबाईकडे पाहिले. पार्वतीबाईचे डोळे बंद होते. सरदार पार्वतीबाईच्या जवळ गेले आणि त्यांच्या डोळयातून आसवांचे काही थेंब ओघळले आणि त्याच बरोबर त्यांच्या चेहऱ्यावर हास्य फुलले. पार्वतीबाईने डोळे उघडले आणि आपल्या शेजारी पहुडलेल्या इवल्याशा राजकुमाराकडे पाहिले. पार्वतीबाईंना मुलगा झाला होता. सरदार कालोजीने आपल्या नव्याने जन्माला आलेल्या मुलाला उचलून छातीशी धरले आणि त्याला तानाजी राव असे नाव दिले.

श्री शंभू महादेवाबद्दल असलेल्या असीम भक्तीमुळे आज महाशिवरात्रीच्या दिवशी इसवी सन सोळाशेच्या सुरुवातीला सरदार कालोजी आणि पार्वतीबाई यांना आपल्या भक्तीचे फळ मिळाले होते. तानाजी मालुसरे यांचा जन्म झाला होता. तानाजीचा जन्म सरदार कालोजी मालुसरे आणि पार्वतीबाई यांच्यासाठी भगवान महादेवाचा सर्वात मोठा प्रसाद होता. क़ाही काळानंतर सरदार कालोजी आणि पार्वबाई यांना आणखी एक पुत्ररत्न प्राप्त झाले. तानाजीचा लहान भाऊ सूर्याजीचा जन्म झाला.

थोडासाच वेळ गेला होता. भंवरजी मालुसरे तानाजी, सूर्याजी आणि आपल्या मुलाला तलवारबाजीचे धडे देत होते. त्याचवेळी घोड्यावर स्वार झालेले काही

सैनिक गोदोलीमध्ये आले. सर्वांकडे ढाल आणि तलवार होती. तोच त्यांच्यापैकी एकाने भंवरजींना विचारले,

"तुमच्या भागाचा प्रमुख कोण आहे?"

"का? तुमचे त्यांच्याकडे काय काम आहे?" भंवरजीने विचारले.

तो शिपाई म्हणाला, "आम्ही विजापूरचा सुल्तान अदिलशाहचे सैनिक आहोत. आम्ही भोवतालचा सर्व परिसर आमच्या ताब्यात घेतला आहे. ते अतिशय दयाळू सरदार आहेत आणि अतिशय शांततामय पद्धतीने त्यांना या सर्व भागावर आपली सत्ता प्रस्थापित करायची आहे."

हे ऐकल्यावर भंवरजी थोडेसे हासले आणि म्हणाले, "आम्हीही अतिशय दयाळू आहोत आणि आमच्या मातीवर आमचे खूप प्रेम आहे. आम्ही इथे जन्माला आलो आहोत आणि आम्ही स्वतंत्रपणे जगतो. आम्ही तुमच्या सुल्तानाचा सन्मान करतो, पण कोणाच्या अधिपत्याखाली राहून जगणे आम्हाला आवडत नाही."

हे ऐकून तो सैनिक संतप्त झाला आणि भंवरजींना म्हणाला, "तुम्हाला माहीत आहे. एक तर शांततामय पद्धतीने हा भाग आमच्या ताब्यात द्या नाही तर इथे रक्ताचे पाट वाहतील."

त्यावेळी भंवरजी मालुसरेने आपली तलवार काढली आणि त्या सैनिकाला दाखवित म्हणाले, "क़ोणाच्या रक्ताचे?" हे ऐकताच सर्व सैनिक एक दुसऱ्याकडे पाहू लागले आणि मग तिथून निघून गेले.

ही गोष्ट भंवरजींनी आपला भाऊ सरदार कालोजी यांना सांगितली. त्यावर सरदार कालोजी फारसे गंभीर न होता म्हणाले, "याच्या आधीही अशा प्रकारच्या धमक्या आणि इशारे आपल्याला मिळाले आहेत. क़दाचित ते सुल्तानाचे सैनिकच नसावेत, असेही असू शकते. त्यामुळे आपल्याला घाबरण्याची आणि हे प्रकरण जास्त गंभीरपणे घेण्याची काहीच आवश्यकता नाही. आणि समजा असेच झाले तर आपण आपल्या मातृभूमीच्या रक्षणासाठी पूर्ण रुपाने सक्षम आणि तयार आहोत."

मध्यरात्र झाली होती. पूर्ण चंद्राची रात्र नसल्यामुळे चहुबाजूला आंधार आणि भयानक शांतता पसरली होती. पार्वतीबाई आपले दोन्ही पुत्र तानाजी आणि सूर्याजी यांच्यासोबत झोपली होती. तोच अचानक पार्वतीबाईला पूर्वीचेच

स्वप्न दिसले. तोच पार्वतीबाई घाबरत उठली. तिला अशा प्रकारे उठलेले पाहून सरदार कालोजीही उठले. पार्वतीबाई म्हणाली,

"आज पुन्हा एकदा मी आपले गाव गोदोलीला जळताना पाहिले."

सरदार कालोजी हासत हासत पार्वतीबाईला म्हणाले, "मागील अनेक वर्षांपासून तू हेच स्वप्न पाहत आली आहेस, पण आतापर्यंत कधीही तसे काही झाले नाही. आता झोपी जा नाही तर आपली मुले जागी होतील."

असे म्हणून सरदार कलोजी झोपी गेले, पण पार्वतीबाईची अस्वस्थता मात्र वाढत होती. त्या उठल्या आणि त्यांनी आपल्या खोलीची खिडकी उघडली. खिडकी उघडताच बाहेर दिसणारे दृष्य पाहून पार्वतीबाई आश्चर्यचकित झाल्या. खिडकीबाहेर त्यांच्या स्वप्नातल्या सारखेच दृष्य होते. आज गावात भंयकर आग लागली होती आणि हातात तलवारी घेतलेले अनेक सैनिक लोकांना मृत्यूच्या दाढेत ढकलीत होते.

पार्वतीबाईने सरदार कलोजीला उठविले आणि म्हणाल्या, "मी म्हणाले होते ना की, मी आपले गोदोली गाव जळताना पाहिले आहे."

सरदार कलोजींनी उठून खिडकीतून बाहेर पाहिले आणि आपल्या हातात तलवार घेऊन बाहेर जाण्यासाठी तयार झाले. पण पार्वतीबाईने त्यांना अडविले, "तुम्ही अशा प्रकारे जाऊ शकत नाहीत. आपण आता ही जागा सोडून आपल्या मुलांसोबत इथून निघून जायला हवे."

सरदार कलोजी म्हणाले, "तुझे म्हणणे योग्य आहे. तू तानाजी आणि सूर्याजी यांना घेऊन इथून निघून जा. मी मातृभूमीचे रक्षण करण्यासाठी वचनबद्ध आहे. तसेच आपल्या भागाला मी कोणाच्या नियंत्रणाखाली गुलामी करताना मी पाहू शकत नाही. या संपूर्ण भागातील लोक माझे कुटुंबीय आहेत."

पार्वतीबाईने खूप आग्रह केला तरीही सरदार कलोजी काही ऐकले नाहीत. म्हणून मग शेवटी पार्वतीबाई म्हणाल्या, "तुमचा नक्कीच विजय होईल, यावर माझा पूर्ण विश्वास आहे."

सरदार कलोजी यांनी आपली दोन्ही मुले तानाजी आणि सूर्याजी यांना उचलून घेतले. त्यांचे पापे घेतले आणि अतिशय गुपचूपपणे घराच्या मागील दरवाजाने त्यांना निरोप दिला. क़लोजीच्या शौर्यावर पार्वतीबाईंचा पूर्ण विश्वास होता, पण तरीही त्यांचे मन मात्र त्यांना खात होते. आपल्या धन्याला अशा

प्रकारे एकटे टाकून जाणे त्यांच्यासाठी काळजावर दगड ठेवण्यासारखेच होते. अशा वेळी त्यांना मदत करण्यासाठी आपल्या भावाकडे मदत मागण्याचा त्या विचार करीत होत्या. त्यामुळे त्या तिथून निघून आल्या.

दुसऱ्या बाजूला कलोजीराव आपली तलवार घेऊन वैऱ्यावर तुटून पडले. तसेच भंवरज़ीही आपला भाऊ आणि मातृभूमीच्या रक्षणासाठी या युद्धात उतरले. त्याशिवाय त्यांच्या अनेक सोबत्यांनी आक्रकणकारकांविरूद्ध हल्ला केला.

आदिलशाह अशा प्रकारे आक्रमण करू शकेल, याची गदोलीमधील गावकऱ्यांना अजिबात कल्पना नव्हती. आपल्या भागाचे संरक्षण करण्यासाठी सरदार कलोजी मालुसरे आणि त्यांचे भाऊ भंवरजी मालुसरे पुढे आले. दोघेही या युद्धात सहभागी झाले. आदिल शाहाकडे खूप मोठे सैन्य होते. तरीही सरदार कलोजी मालुसरे आणि भंवरजी यांनी त्यांचा ठामपणे सामना केला. या युद्धाच्या वेळी सरदर कलोजी यांनी आपल्या पराक्रमाने आणि शौर्याने आदिलशाहच्या सैन्याची पाचावर धारण बसविली.

इकडे पार्वतीबाई कशा तरी आपला जीव वाचवून आपली मुले तानाजी आणि सूर्याजी यांच्यासोबत आपल्या माहेरी प्रतापगढावर पोहचल्या. पार्वतीबाईला अशा प्रकारे इतक्या रात्री आलेले पाहून त्यांचे भाऊ कोंडाजी शेलार चकितच झाले. त्यांनी पार्वतीबाईंना विचारले, 'पार्वती इतक्या रात्री तू कशी काय आलीस? तेही तानाजी आणि सूर्याजी यांना सोबत घेऊन?'

पार्वतीबाईंना दम लागला होता आणि त्या खूप थकल्या होत्या. त्यांनी आपल्या गावाची संपूर्ण स्थिती सांगितली आणि म्हणाल्या, 'क़ोंडाजी, तू आता जाऊन या युद्धामध्ये त्यांना मदत कर. संपूर्ण गावावर आक्रमण झाले आहे.'

तानाजीचे मामा कोंडाजी शेलार यांनी आपली तलवार उचलली आणि जराही वेळ न घालवता आपल्या सर्व सोबत्यांना एकत्र करून सरदार कलोजी यांना मदत करण्यासाठी निघाले. तानाजी आणि सूर्याजीला सोबत घेऊन पार्वतीबाईही त्यांच्यासोबत निघाली, पण ज़वळच्या एका टेकडीवर शेलार मामाने पार्वतीला सोबत येण्यापासून अडविले. अशा आंधाऱ्या रात्री डोंगरावरून गदोली जळताना दिसत होती. पार्वतीबाईला तिथेच सोडून आपल्या सहकाऱ्यासोबत शेलार मामा सरदार कलोजीच्या मदतीसाठी पुढे निघाले.

आक्रमण करणाऱ्यांची संख्या अधिक असल्यामुळे तसेच आपल्या माणसाकडून वेळेवर योग्य ते सहकार्य न मिळाल्यामुळे आदिलाशाहच्या सैन्याने सरदार कलोजी मालुसरे यांच्यावर विजय मिळविला. क़ोंडाजी शेलार यांनी गावात येऊन पाहिले तेव्हा संपूर्ण गाव जळून राख झाले होते. शेलार मामाला हे पाहवले नाही. त्यांनी सरदार कलोजींना शोधण्याचा प्रयत्न केला. ते कुठेही दसले नाहीत. चहुबाजूला आगच आग आणि प्रेताचा खच पडलेला होता. हे सर्व काही पार्वतीबाईंना दिसत होते, त्या स्वप्नातल्यासारखेच होते. आज त्या स्वप्नातील ते भीतीदायक दृष्य प्रत्यक्षात आले होते.

डोंगराच्या शिखरावरून पार्वतीबाईला फक्त जळणारी आग आणि आगच दिसत होती. क़से तरी शेलार मामा परतले होते. ते खूप उदास आणि निराश झाले होते. क़ोंडाजी शेलार यांच्या चेहऱ्यावर उदासपणा पाहून पार्वतीबाईच्या मनात शंकेची पाल चुकचुकली. मग त्यांनी आपल्या भावाकडून तेथील बित्तंबातमी जाणून घेण्याचा प्रयत्न केला. सुरूवातीला तर कोंडाजी काही बोलण्यासाठी टाळाटाळ करीत होते. बहीण पार्वबाईने खूपच जास्त आग्रह केल्यावर त्यांच्या तोंडून बाहेर पडलेले शब्द इतकेच होते, "सर्व काही जळून राख झाले." सर्व काही जळून राख झाले, हे शब्द ऐकताच पार्वतीबाई दुःखाच्या सागरात बुडाल्या.

अशा दुःखाच्या प्रसंगी शेलार मामाने पार्वतीबाईला धीर दिला. ते म्हणाले, "आपले मन असे लहान करू नको, बाई. तानाजी आणि सूर्याजी यांच्या भवितव्याचा विचार करा. हे दोघेही अजून अबोध मुले आहेत. त्यांना आपल्या वडिलांसारखे शूर वीर बनवायला हवे. पुढे चालून ते आदिलशाहच्या सैन्याला नक्कीच पराभूत करतील." आता पार्वतीबाईने आसवांनी डबडबलेले डोळे पुसले आणि आपल्या दोन्ही मुलांना कडेवर घेऊन आपल्या राख झालेल्या गावाकडे पाहत होती. त्यांचे दुःखी मन बदला घेण्याचा संकल्प करीत होते. त्याच वेळी तानाजीच्या डोळ्यातही आपल्या जळणाऱ्या गावाचे प्रतिबिंब साकार होत होते. क़दाचित त्या इवल्या मुलाला काही तरी कळत होते.

एक अतिशय सुंदर प्रदेश जिथे या इवल्याशा बालकाने आपले सर्व बालपण हासून खेळून घालविले, त्याला जळताना पाहून त्याच्या अंतःमनावर खूप खोल घाव झाला. या प्रतिबिंबाने त्या इवल्याशा बालकाच्या जगण्याला एक अर्थ दिला. तो उद्देश होता, आपल्या कुटुंबाच्या विनाशाचा बदल घेणे आणि आपल्या लोकांना स्वतंत्र करणे.

२

मैत्री

क़ाळ चक्र फिरत राहिले. वेळ निघून जात राहिला. हळूहळू तानाजी आणि सूर्याजी मोठे झाले. दोघांचेही चारित्र्य घडविण्यासाठी तसेच त्यांच्या जीवनाला योग्य दिशा देण्यामध्ये त्यांची आई पार्वतीबाईचे योगदान खूप मोठे होते. आईच्या बरोबरीनेच एक अतिशय महत्त्वाचे योगदान शेलार मामाचेही होते. तांनाजी आणि सूर्याजी यांना एक शूरवीर यौद्धा बनविण्याचा निर्णय खूप लहानपणीच आई आणि मामाने घेतला होता. त्यामुळे ते दोघेही लहानपणापासूनच शस्त्रविद्येमध्ये निपूण झाले. शिवाय दोघेही भाऊ अगदी मन लाऊन आणि जिद्दीने सर्व काही शिकत होते. या दरम्यान शेलार मामाने एखाद्या वडिलांप्रमाणे आपले कर्तव्य पार पाडले.

संध्याकाळची वेळ होती. जंगलात घोड्यांच्या पळण्याचा आवाज ऐकू येत होता. एक घोडा अतिशय वेगाने जंगालतील गवत, वृक्ष-लता आणि शांतता भंग करीत धावत निघून गेला. त्या घोड्यावर एक मुलगा बसला होता आणि घोड्याचा लगाम धरून त्या घोड्याला आपल्या नियंत्रणात आणण्यासाठी प्रयत्न करीत होता. पण तो घोडा मात्र बेभान झाला होता आणि त्या घोड्यावर नियंत्रण मिळविण्याचे त्या मुलाचे सर्व प्रयत्न अपयशी होत होते.

त्याच क्षणी तो मुलगा घोड्यावरून खाली पडला आणि घोडा मात्र आपल्याच गतीने जंगलात धावत जाऊन तेथील आंधारात दिसेनासा झाला. तो मुलगा

उठला आणि त्या जंगलात एकटाच भटकू लागला. आकाशातील प्रकाश हळू हळू कमी होत चालला होता.

क़ाही क्षणानंतर जंगलातील शांततेत जरासा आवाज झाला. क़ाही पावलांचा आवाज झाला आणि पाहता पाहता काही रानटी लांडग्यांनी त्या मुलाला घेराव घातला. अतिशय धोकादायक अशा रानटी लांडग्याचा कळप पाहून तो मुलगा काही काळ असमंजसमध्ये पडला, पण लवकरच त्याने आपल्या भावनांवर नियंत्रण मिळविले. क़ाही क्षणानंतर त्या मुलाच्या चेहऱ्यावर कसलीही भीती जाणवत नव्हती.

त्या मुलाचे डोके उन्नत आणि ड़ोळयांमध्ये तेज दिसत होते. हा काही एखादा सामान्य मुलगा नाही, असे वाटत होते. त्या मुलाने आपल्या चारही बाजूला लांडग्यांचा कळप पाहून आपल्या कंबरेच्या म्यानात लावलेली तलवार काढली आणि निर्भयपणे त्या लांडग्यांना पळविण्याचा प्रयत्न करू लागला. तरीही ते लांडगे मागे सरकले नाहीत तेव्हा विवश होऊन त्यांच्यावर आपली तलवार चालवायला सुरूवात केली.

हिंस्त्र श्वापदांचा एक स्वभाव असतो की ते जेव्हा अतिशय भयभीत होतात तेव्हा ते जास्तच आक्रमक होतात. दोन तीन लांडग्यांना अशा प्रकारे यमसदनी पाठविल्यानंतर बाकीचे लांडगे मात्र अतिशय आक्रमक झाले.

तो मुलगा निर्भयपणे लढत होता, पण लांडग्यासमोर त्याची शक्ती कमी पडत असल्याचे जाणवत होते. ते त्या मुलावर आता हल्ला करणार इतक्यात तिथे कुठून तरी एक बाण आला आणि त्याने बरोबर लांडग्याचा वेध घेतला.

त्यानंतर आणखी दोन तीन बाण आले आणि त्या लांडग्यांना लागले. उरलेल्या लांडग्यांना त्या मुलाने आपल्या तलवारीने पळवून लावले. आता सर्व लांडगे निघून गेले होते. आता त्या मुलांचे डोळे बाण चालविणाऱ्या व्यक्तीचा शोध घेत होते. त्याच वेळी मागून एका व्यक्तीचा हात त्या मुलाच्या पाठीवर आला.

त्या मुलाने मागे वळून पाहिले तेव्हा तो दुसरा एक मुलगाच होता. "तू कोण आहेस" पहिल्या मुलाने दुसऱ्या मुलाला विचारले.

"माझे नाव तानाजी मालुसरे आहे." दुसऱ्या मुलाने आपली ओळख करून दिली.

“तू आज माझे रक्षण केले आहेस आणि तुझ्या शौर्यामुळे आम्ही अतिशय प्रसन्न झालो आहोत. तुला माझ्याशी मैत्री करायला आवडेल का?” पहिल्या मुलाने तानाजीला विचारले.

तानाजीने उत्तर दिले, “होय, मला तुझ्याशी मैत्री करायला आवडेल. माझ्या या नवीन मित्राचे नाव काय आहे ते मला कळू शकेल का?”

तेव्हा मग तो पहिला मुलगा म्हणाला, “माझे नाव शिवाजीराव भोसले आहे. मी राजे शहाजी भोसले यांचा मुलगा आहे.”

हे ऐकताच तानाजी मालुसरे आश्चर्यचकित झाले. त्यांनी अतिशय स्फूर्तीने आपले मस्तक त्यांच्यासमोर झुकविले. मग ते शिवाजीला म्हणाले, “मग तर तुम्ही आमचे राजकुमार आहात.”

शिवाजी महाराज तानाजीचे हात आपल्या हातात घेऊन म्हणाले, “नाही मित्र. एक प्रजा असण्याच्या आधी तू माझा मित्र आहेस. त्यामुळे माझ्या बाबतीत तुला कोणत्याही प्रकारची औपचारिकता पाळण्याची आवश्यकता नाही. तू मला शिवाजी किंवा शिवा म्हणून बोलावू शकतोस.”

असे म्हणून शिवाजीने अतिशय भावनाविवश होऊन तानाजीच्या गळ्याला मिठी मारली.

तानाजी म्हणाला, “आता आपण इथून निघायला हवे. क़ारण आता लवकरच रात्र होणार आहे आणि या जंगलात सिंहही आहेत.”

त्यावर शिवाजी हासत हासत म्हणाला, “माझा एक मित्र सिंह असताना मला जंगलातील सिंहाची काय भीती?” असे म्हणून दोघेही हासू लागले.

मग शिवाजी तानाजीला म्हणाला, “मी तुला आजपासून सिंह म्हणू शकतो का?”

तानाजीने उत्तर दिले, ‘प्रेमाने दिलेल्या कोणत्याही नावाबद्दल माझा काहीच आक्षेप नाही. पण तू तर त्या जंगली लांडग्याशी एकट्यानेच युद्ध केले आणि त्यांना पळवून लावले. तुमच्यासारखे शौर्य दुसऱ्या कोणात नाही, शिवा.”

त्यावर शिवाजी म्हणाले, “मित्रा, माणूस कितीही शूर आणि बलवान असला तरीही त्याच्या जीवनात त्याला एका खऱ्या मित्राची आवश्यकता भासत असते.”

अशा प्रकारे बोलत बोलत ते जंगलाच्या बाहेर निघाले.

एका चांगल्या आणि संपन्न कुटुंबात शिवाजीचा जन्म झाला असला तरीही त्यांचे बालपण मात्र सामान्य मुलासारखेच होते. शिवाजीला लहानपणापासूनच तलवारबाजी, घोडेस्वारी, राजकारण, कूटनीतीची आवड होती. ख़रं तर खूप चांगल्या प्रकारे या सर्वांचे प्रशिक्षण मिळाले नव्हते तरीही त्यांनी हे सर्व गुण आपल्यामध्ये सामावून घेतले होते.

शिवाजी आणि तानाजी यांच्यामध्ये वैचारिक साधर्म्य होते. दोघांच्याही मनात आपल्या मातृभूमीबद्दल प्रेम आणि श्रद्धा ठासून भरलेली होती. त्याच्या बरोबरीने त्या दोघांनाही एका स्वतंत्र साम्राज्याची स्थापना करायची होती. अशा प्रकारच्या समानता आणि आपल्या भागाबद्दल निष्ठा असल्यामुळे शिवाजी आणि तानाजी लहानपणापासूनच खूप जवळचे मित्र झाले होते.

हळू हळू शिवाजीचे तानाजीशी घरगुती संबंधही निर्माण झाले. शिवाजी तानाजीच्या घरी जात असत आणि तिथे त्यांची भेट तानाजीचा लहान भाऊ सूर्याजी, मामा शेलार आणि आई पार्वतीबाई यांच्याशीही ओळख झाली होती.

शेलार मामा एक चांगले यौद्धा होते आणि त्यांच्याच देखरेखीखाली तानाजी आणि सूर्याजीने तलवारबाजी, घोडेस्वारी, तीरंदाजी आणि इतर कलांचा अभ्यास केला होता. तानाजीच्या बरोबरीने सूर्याजीही शिवाजीचे चांगले मित्र झाले.

एके दिवशी शिवाजी तानाजीला भेटण्यासाठी शिवाजीच्या घरी आले होते आणि त्यावेळी ते शेलार मामाला म्हणाले, ''मी तानाजीप्रमाणे तुम्हालाही आपला मामा म्हणू शकतो का? तसेच तुम्ही मला तानाजीप्रमाणे सर्व कलांचे प्रशिक्षण द्याल का?''

हे ऐकताच शेलार मामाचे डोळे भरून आले आणि शिवाजीच्या समोर नतमस्तक होऊन ते म्हणाले, ''हे शिवाजी, तू इथला राजा आहेस आणि तुझ्या शौर्याचे किस्से लहानपणापासूनच आपल्या भागात सर्वत्र पसरले आहेत. तुझा मामा होणे यापेक्षा दुसरी महत्त्वाची आणि सन्मानाची गोष्ट माझ्यासाठी काय असू शकेल? तू मला आपला मामा म्हणणार असशील तर मी आज तुला वचन देतो की यापुढे नेहमीच मामा म्हणून मी माझे कर्तव्य पार पाडील. मी तुला ज्या कलांचे ज्ञान देऊ शकेल, ते मी तुला नक्कीच देईल.''

अशा प्रकारे शिवाजी हळू हळू तानाजीच्या कुटुंबाचा एक भाग झाले. दुसरीकडे शिवाजीने आपली आई जीजाबाई यांच्याशी तानाजीची ओळख करून दिली तेव्हा त्याच्या शौर्याचे किस्से ऐकून त्या खूप आनंदित झाल्या.

एकदा शिवाजी आणि तानाजी शिकार खेळण्यासाठी आपापले घोडे घेऊन घनदाट आरण्यात निघून गेले. ज़ंगली श्वापदांचा पाठलाग करीत करीत ते कधी आपल्या प्रदेशाच्या सीमे पलिकडे जाऊन पोहचले ते त्यांचे त्यानाच कळले नाही. क़ाही वेळानंतर त्यांना सैनिकांच्या पावलांचा आवाज ऐकायला आला तेव्हा दोघेही तिथेच थांबले.

तानाजी शिवाजीला म्हणाला, "मित्रा, तू माझ्या मागे हो. कदाचित आपण आपल्या प्रदेशाच्या सीमा ओलांडून पलिकडे आलो आहोत.

मुगल सैन्याने आपल्याला चहुबाजूने घेरल्याचे थोड्याच वेळात त्यांच्या लक्षात आले. त्यावर शिवाजीला खूप राग आला आणि आपल्याला इथून शांतपणे जाऊ द्यावे असे ते मोगल सैन्याला म्हणाले. त्यावर मोगल सैनिक शिवाजीला म्हणाले, "ही तुला मिळालेली शेवटची संधी आहे. यावेळी आम्ही तुला जाऊ देतो, पण पुढच्या वेळी आमच्या प्रदेशात येण्याची चूक करू नको."

इतके ऐकून शिवाजी आणि तानाजी त्यावेळी समजूतदारपणा दाखवून त्यावेळी तिथून निघून आले. पण त्याच वेळी त्यांच्या मनात एक गोष्ट साकार होत होती की आपल्याला हिंदवी स्वराज्याची स्थापना करायची आहे. त्या दिवशी त्या दोघा मित्रांनी महादेवाच्या मंदिरात शपथ घेतली की आपण काहीही करून हिंदवी स्वराज्याची स्थापना करायची. आपल्या माणसाला स्वातंत्र्य मिळवून देऊनच आपण स्वस्थ बसायचे असे त्यांनी ठरविले.

तेव्हा आपल्या किशोरावस्थतेच तानाजीने शिवाजी महाराजांच्या सोबत सह्याद्री पर्वताच्या एका शिखरावर विराजमान असलेल्या भोर तालुक्यातील रायरेश्वराच्या मंदिरात २६ एप्रिल १६४५ रोजी हिंदवी स्वराज्य स्थापन करण्याची प्रतिज्ञा घेतली. मरेपर्यंत कोणत्याही स्थितीत हिंदवी स्वराज्याची स्थापना करण्यासाठी स्वतःला वाहून घेऊ, असे म्हटले. मग सर्वांनी 'हर हर महादेव' अशी गर्जना केली.

अशा प्रकारची प्रतिज्ञा घेतल्यानंतर संपूर्ण मंदिरात हर हर महादेवची गर्जना घुमली. आपल्या अतिशय निवडक अशा काही मोजक्या मित्रांसोबत, ज्यामध्ये मावळ प्रांतातील क़ान्होजी जेधे, बाजी पासलकर, तानाजी मालुसरे, सूर्याजी मालुसरे, यशाजी कंक, सूर्याजी काकडे, बापूजी मुदगल, नरसप्रभू गुप्ते, सोनोजी डबीर यांचा समावेश होता. त्यांना भोर मधील डोंगराचा खूप चांगला परिचय होता.

या काही निवडक मावळ्यांमध्ये शिवाजी आणि तानाजी यांनी धर्म प्रेम जागृत केले. त्यांना लढायला शिकविले आणि स्वराज्याची संकल्पना त्यांना समजावून सांगितली. हिंदवी स्वराज्याची स्थापना करण्यासाठी या निवडक मावळ्यांनी आपल्या प्राणांची पर्वा न करता स्वतःला पूर्णपणे झोकून दिले आणि पाच मुसलमान साम्राज्याच्या विरोधात लढत लढत ११ भू प्रदेशांना आपल्या ताब्यात घेतले.

३

विजयरथ

आंधारी रात्र होती आणि मध्यरात्रीची वेळ होती. थंड रात्री वाहणाऱ्या बोचऱ्या वाऱ्यामध्ये चार सैनिक शेकोटी पेटवून बसले होते. ते सर्व जण शेकोटीची ऊब घेत होते. हवेमध्ये मद्याचा सुगंध पसरलेला होता. क़ाही मधूर संगीताचे स्वर होते आणि त्या चौघांच्या आपसात चाललेल्या गप्पा ऐकून असे वाटत होते की जणू काही ते या जगातील सर्व नवतरूणापेक्षा वेगळे होते आणि आपल्या जीवनाचा पुरेपूर आनंद लुटत होते. ते राजगड किल्ल्यावरील सैनिक होते.

त्यांच्यातील बोलण्यावरून असे जाणवत होते की त्यांच्यापैकी एकाचे नुकतेच लग्न झाले आहे. दुसरा शिपाई एखाद्या गरीब शेतकरी कुटुंबातून आलेला असावा, असे वाटत होते. तिसरा शिपाई वारंवार आपल्या लहानग्या मुलाचा उल्लेख करीत होता आणि चौथ्या सैनिकाचे वडील कदाचित मातीची भांडी बनविण्यात खूप निपूण असावेत असे वाटत होते. क़ारण हातात घेतलेले मातीचे भांडे पाहून वारंवार भावनाशील होत होता.

युद्ध आणि राजकारणाची ही खूप मोठी शोकांतिका आहे. युद्ध नेहमी राजे आणि कूटनीतीज्ञ यांच्या महत्त्वाकांक्षेचा परिणाम असते, याला इतिहास साक्षीदार आहे. अशा युद्धात गरीब आणि निर्दोष असलेली गरीब शेतकऱ्यांची मुले बळी चढत असतात.

मद्यपान केल्यानंतर एक सैनिक मद्याचा रिकामा ग्लास दाखवित म्हणाला, "आपल्याकडे ही आणखी आहे का?"

दुसरा सैनिक म्हणाला, "होय,होय. मी इथेच बाजूला नावेमध्ये ती लपवून ठेवली आहे. आता घेऊन येतो."

असे म्हणून तो सैनिक निघून गेला. बराच वेळ वाट पाहिल्यावरही तो काही परत आला नाही. तेव्हा दुसरा सैनिक म्हणाली, "खूप सारे मद्य तिथेच प्राशन करून तो बेशुद्ध पडला असावा, असे वाटते. "

सर्व लोक जोरजोरात हासत होते. ... मग तो म्हणाला, "थांबा, मी त्याला आता शोधून घेऊन येतो."

असे म्हणून तो त्याला शोधण्यासाठी गेला. पण खूप वेळ झाला तरीही तो काही परत आला नाही.

राहिलेल्या दोघा सैनिंकाना थोडीशी शंका वाटली. त्यांच्यापैकी एक जण म्हणाला, "मला वाटते, काही तर गडबड असावी." दोघेही नशेच्या अवस्थेत उठले. ते उठून उभे राहताच आंधारातून दोन बाण आले आणि त्या दोघाच्या डोक्यातून आरपार गेले.

तानाजीने सोडलेल्या बाणांचा निशाणा अचूक होता. ख़रं तर हे मराठ्यांच्या वतीने करण्यात आलेले एक आक्रमण होते, जे राजगड किल्ला ताब्यात घेण्यासाठी करण्यात आले होते. तानाजीने आपल्या घोड्यावर स्वार होऊन किल्ल्याच्या दिशेने पाहिले आणि आपल्या सैनिकांना किल्ल्यावर जाण्यासाठी इशारा केला. तानाजीच्या सोबतीने सर्व मराठी सैन्य त्या किल्ल्याच्या दिशेने निघाले.

मध्यरात्रीच्या वेळी आगीच्या जळत्या मशाली हातात घेतलेले तानाजीचे हे सैन्य साक्षात काळसैन्य दिसत होते. रात्रीच्या वेळी सर्व शिपाई एक तर डोळे मिटून पडले होते. सुस्तावले होते किंवा मद्यपान करीत होते. मराठी सैन्य इतक्या चतुराईने हा किल्ला सर करण्यासाठी आक्रमण करू शकेल, याची कोणाला जाणीवही नव्हती. विरोधी सैनिक प्रतिहल्ला करण्यासाठी तायर होतील, इतका वेळ न देताच तानाजीने हल्ला केला आणि त्यामुळे विरोधी सैनिकांना सज्ज होण्यासाठी वेळच मिळाला नाही.

तानाजीला युद्ध करताना पाहणे हा एक अदभूत अनुभव असल्याचे मानले जाते. ते एखाद्या शक्तिमान सिंहाप्रमाणे शत्रूच्या सर्व सैन्यावर तुटून पडत असत. त्यांच्यासमोर मोठ मोठे शत्रू सैनिक काही क्षणही टिकाव धरू शकत नसत.

या आक्रमणाच्या वेळी तानाजीने आपल्या तलवारीच्या सहाय्याने किल्ल्याच्या प्रवेशद्वारावर असलेल्या शिपायांचे शीर धडावेगळे केले. त्यानंतर किल्ल्याचे मुख्य द्वार उघडण्यात आले आणि त्याबरोबर मराठा सैनिक थेट किल्ल्यात घुसले.

स्वतंत्र हिंदवी स्वराज्याची स्थापना करण्यासाठी शिवाजी महाराजांच्या वतीने सुरू केलेल्या युद्धाची पहिली सुरूवात होती. या सैन्याचे नेतृत्त्व तानाजी करीत होते. तानाजी जराही उसंत न घेता आपल्या घोड्यावर स्वार होऊन थेट किल्लेदाराच्या कक्षात घुसले. तो किल्लेदार आपली शस्त्रे गोळा करीत होता. त्या किल्लेदाराने तानाजीला अटक करण्याचा आपल्या सैनिकांना आदेश दिला. पण सर्व काही उलटेच झाले. किल्लेदाराच्या सैनकांनी किल्लेदारालाच अटक केली.

किल्लेदार ओरडला, ''हे तुम्ही काय करीत आहात? आपल्याच सरदाराला तुम्ही अटक केली आहे? या तानाजीला संपवून टाका.''

पण तानाजीने आखलेली या युद्धाची योजना उपयुक्त ठरली. तानाजी म्हणाला, ''तुमच्या काही दरबारी लोकांना मी आधीच आमच्या बाजूने केले होते.''

किल्लेदार म्हणाला, ''ही तर शुद्ध फसवणूक आहे.''

तानाजीने उत्तर दिले, ''ही फसवणूक नाही तर तो आमच्या युद्धनीतीचा एक भाग आहे.''

असे म्हणून तानाजीने किल्लेदाराला यमसदनी पाठविले आणि किल्ल्यावर ताबा मिळविला. शिवाजी महाराजांनी केलेल्या प्रतिज्ञेनुसार तानाजीने रायगड किल्ल्यावर ताबा मिळवून हिंदवी स्वराज्याच्या स्थापनेला सुरूवात केली होती.

या युद्धाच्या आधीच शिवाजी महाराजांनी आपल्या वडिलांच्या जागी राज सिंहासन मिळविले होते. आपला लहानपणापासूनचा मित्र आणि एक साहसी वीर तसेच यौद्धा असल्यामुळे शिवाजी महाराजांनी तानाजी मालुसरेला आपल्या सैन्याचा सुभेदार केले. तानाजी मालुसरेही आपल्या कर्तव्याबद्दल निष्ठावान होते. त्यांनी आपली मैत्री आणि आपल्याला मिळालेल्या पदाचा सन्मान राखण्यासाठी अखेरपर्यंत दिलेले वचन पाळले.

राजगड किल्ल्यावरील विजयाच्या बरोबरीने शिवाजी महाराजांनी मराठी राज्याच्या स्थापनेचा डंका पिटला. त्या काळी भारतात मोगलांशी जर कोणी सक्षमपणे सामना केला असेल तर ते मराठेच होते. मराठी साम्राज्यात मोगल नेहमीच संघर्ष करताना आढळून येत होते. या मराठा साम्राज्याचा पाया वीर शिवाजी महाराज यांनीच घातला होता. शिवाजी आणि तानाजी यांनी अनेक युद्धे केली. तसेच अनेक युद्धामध्ये तानाजीने शिवाजी महाराजांना तना-मनाने सहकार्य केले.

राजगडानंतर शिवाजीने तानाजीसोबत चाकणच्या किल्ल्यावर आक्रमण केले. तो किल्लाही ताब्यात घेतला. अशा प्रकारे पाहता पाहता शिवाजी महाराजांनी २० पेक्षा जास्त किल्ल्यांवर मराठी साम्राज्याचा भगवा झेंडा फड़कविला.

शहाजी राजे यांच्याकडे पुणे आणि सुपे प्रांताची जहागिरी सोपविण्यात आली होती. सुपे येथील किल्ला शहाजी राजे यांचे नातेवाईक बाजी मोहिते यांच्या ताब्यात होता. शिवाजी महाराजांनी रात्रीच्या वेळी लपून आक्रमण करून हा किल्लाही आपल्या ताब्यात घेतला. मग त्यांनी बाजी मोहिते यांना शहाजी राजांकडे कर्नाटकात पाठविण्यात आले. त्यांच्या ताब्यातील काही सैन्य शिवाजी महाराजांच्या सैन्यात समाविष्ट करण्यात आले.

याच दरम्यान पुरंदरचे निधन झाले आणि किल्ल्याचा वारसा मिळावा यासाठी त्यांच्या तिन्ही मुलांमध्ये द्वंद्व सुरू झाले. त्यांच्यापैकी दोन भावंडानी दिलेल्या निमंत्रणावरून शिवाजी महाराज आणि तानाजी पुरंदरला गेले. आपल्या कूटनीतीचा आधार घेऊन त्यांनी त्या तिघाही भावंडांना बंदी बनविले. आणि मग अशा प्रकारे पुरंदरच्या किल्ल्यावरही शिवाजी महाराजांनी ताबा मिळविला.

आतापर्यंत शिवाजी महाराज खूप मोठ्या प्रदेशाचे स्वामी झाले होते. त्यांनी आता आपल्या खूप मोठ्या सैनिकी शक्तीच्या सोबतीने मैदानी भागावर ताबा मिळविण्याची योजना आखली. त्यांनी आपल्या सैन्याच्या एका तुकडीची स्थापना करून आबाजी सोमदेव यांच्या नेतृत्त्वाखाली कोकणामध्ये तानाजी यांच्या नेतृत्त्वाखाली एक तुकडी पाठविली. येथील नऊ किल्ल्यांवर त्यांनी मराठ्यांच्या विजयाचा भगवा फडकविला. याशिवाय ताळा मऊस्माला आणि रायटी किल्लाही मराठ्यांच्या किल्ल्यात समाविष्ट करून घेतला. यावेळी केलेल्या लुटीत मिळविलेली सर्व संपत्ती शिवाजी महाराजांनी राजगड किल्ल्यामध्ये सुरक्षित ठेवली होती.

त्यानंतर हिंदवी स्वराज्य स्थापन करण्यासाठी तानाजीसोबत शिवाजी महाराजांनी स्वतः जंजिऱ्यावर आक्रमण केले आणि दक्षिण कोकणावर ताबा मिळविला. त्याच बरोबर ते दमन मधील पोर्तुगलांकडून कर जमा करू लागले. त्यानंतर कल्याण आणि भिवंडीवर ताबा मिळविल्यानंतर शिवाजी महाराजांनी तिथे नौसेनेचा तळ उभारला. या वेळेपर्यंत शिवाजी महाराज एकूण ४० किल्ल्यांचे ताबेदार झाले होते.

शिवाजी महाराजांच्या या विजयी यात्रेत तानाजीचा खूप मोठा हात होता. त्याच कारणामुळे शिवाजी महाराज आणि तानाजी यांच्यामध्ये फक्त सुभेदार म्हणूनच नाही तर एक मित्र म्हणूनही अतूट बंधन निर्माण झाले होते.

४

बदला

तानाजी आपल्या खोलीत रात्रीच्या गाढ झोपेत झोपले होते. ग़ाढ झोपेत होते तरीही त्यांच्या डोळयातील बाहुल्या हालत होत्या. चेहऱ्यावरून घामाच्या धारा वाहत होत्या. क़दाचित ते एखादे वाईट स्वप्न पहात असावेत. स्वप्नामध्ये त्यांना आपल्या लहानपणीचे ते जळणारे गाव दिसत होते. ते स्वप्न त्यांच्या मनात एखाद्या प्रतिबिंबासारखे उमटले होते आणि त्यांना आपल्या बालपणीच्या दु:खद आठवणींकडे वारंवार नेत होते.

तानाजीचे डोळे उघडले आणि ते उठून बसले. तानाजीची आई पार्वतीबाई आपल्या मुलाची व्याकुळता पाहून त्याच्याजवळ आली. मग त्यांनी त्याला आपल्या मांडीवर झोपविले.

"काय झाले होते ताना? तू एखादे वाईट आणि भीतीदायक स्वप्न पाहिले की काय?" पार्वतीबाईने विचारले.

तानाजी म्हणाला, "मला ती लहानपणीची आठवण वारंवार येते. त्यावेळी तू मला आणि सूर्याजीला घेऊन त्या डोंगराच्या शिखरावर उभी होतीस. तिथून मग ते आपले जळणारे गाव दिसत होते."

पार्वती बाई म्हणाली,"तुला तेच स्वप्न दिसत असेल, हे मी ओळखले आहे. तुला माहीत आहे, ताना, ही घटना घडण्याच्या आधी मला अनेक वेळा हेच स्वप्न

दिसले होते. प्पण मला आणि तुझ्या वडिलांना या स्वप्नाच्या वास्तविकतेवर विश्वास नव्हता. नाही तर आपल्या जीवनात ही आग लागली नसती. पण मुला, आता तू त्या स्वप्नाला का घाबरतोस? आता तर आपल्यावर त्या भीतीचे सावटही नाही. त्यामुळे ताना, आता तू जराही काळजी कर नकोस. तुझे स्वप्न आता बूतकाळ झाले आहे."

तानाजी जड आवाजात म्हणाला, "होय माते, मला ते माहीत आहे. आता आपल्यावर कोणताही धोका नाही. पण त्याचा अर्थ मी माझ्या वडिलांचे हत्यारे आणि माझ्या कुटुंबाचे विनाशक यांना इतक्या सहजपणे माफ करून टाकावे, असा तर त्याचा अर्थ नाही ना? हे सर्व विसरून जाऊ? नाही, माते नाही. मला आजही आदिलशहाला एकदा पराभूत करायचे आहे." तानाजी म्हणाला.

"ती वेळही नक्की येईल, मुला," पार्वतीबाई म्हणाली.

अशा प्रकारे पार्वतीबाई तानाजीच्या डोक्यावरून हात फिरवित त्याला झोपवित राहिली. तानाजीला झोप आली आणि एखाद्या लहान मुलाप्रमाणे आपल्या आईच्या मांडीवर झोपले.

शिवाजी महाराजांच्या राजमहालामध्ये आनंद साजरा केला जात होता. माता जीजाबाई आणि कुटुंबातील इतर सदस्य मराठा राज्याच्या वाढत्या प्रभावाबद्दल आनंद साजरा करीत होते. जणू काही राज महालात एखादा उत्सव साजरा केला जात होता. त्याच वेळी सूर्याजी आणि तानाजी तिथे आले.

तानाजीला पाहून शिवाजी महाराजांनी त्याला आपल्या जवळ बोलावले आणि आनंदाने मिठी मारली. "ये, माझ्या सिंहासारख्या मित्रा ये. आज तुझ्या सिंहासारख्या शौर्यामुळे आपल्या भोवतालच्या जवळपास ४० किल्ल्यांवर आपले साम्राज्य पसरविले आहे. आपली हिंदवी स्वराज्याची प्रतिज्ञा पूर्ण करण्यामध्ये तुझे योगदान अतिशय मोलाचे आहे. तुझे शौर्य आणि पराक्रम याच्यामुळेच आज आम्ही स्वतंत्र राज्य स्थापन कर शकलो आहोत."

शिवाजी महाराजांचे अशा प्रकारचे बोलणे ऐकून तानाजी आनंदित झाले आणि म्हणाले, "महाराज, हा सर्व तर तुमचा पराक्रम, दूरदर्शीपणा आणि ठाम निश्चयाचा परिणाम आहे. तुम्ही मला आपल्या सैन्याचा सुभेदार करून या राज्याची सेवा करण्याची संधी दिली. मी माझे कर्तव्य योग्य प्रकारे पार पाडू शकल्यामुळे

आनंदी आहे. हा सर्व तुमचे चतुर राजकारण कूटनीतीचाच परिणाम आहे की क़मी सैन्य असल्यावरसुद्धा आपण अनेक किल्ले सर आहेत."

"तुमच्या रक्तातच वीरता, शौर्य आणि निष्ठा वाहत असते. कारण तुमचे मामा कोंडजी शेलार आणि बंधू सूर्याजी यांचे योगदानही तितकेच महत्त्वाचे आहे." शिवाजी महाराज म्हणाले.

थोड्या वेळातच तिथे एक गुप्तहेर आला आणि त्याने आदिलशाहच्या ताब्यात असलेल्या कोंढाणा किल्ल्याबद्दल माहिती दिली. शिवाजी महाराजांनी आतापर्यंत जवळपास ४० किल्ल्यांवर ताबा मिळविला होता तरीही स्वराज्यापासून जवळ असलेला कोंढाणा किल्ला मात्र अद्याप आदिलशाहच्या ताब्यात होता.

ही गोष्ट शिवाजी महाराजांनी तानाजीला सांगितली आणि म्हणाले, "हा किल्ला आपल्यासाठी खूपच महत्त्वाचा आहे. हा किल्ला जर आपल्या ताब्यात आला तर दुसऱ्या कोणाला तो जिंकणे अतिशय अवघड होईल. हा किल्ला सर्व किल्ल्यांच्या मध्यभागी उभा आहे. त्यामुळे आपण त्याच्यावरून सभोवतालच्या प्रदेशाची चांगली देखरेख करू शकतो. तानाजी, कोंढाणा किल्ल्यावर आपण विजय मिळवावा, असे खरेच तुला वाटते? आताही त्याच्यावर आदिलशाहचा ताबा आहे. सध्या त्याचे तेथील सैन्यही कमी आहे. त्यामुळे संधी चांगली आहे."

दिलशाहचे नाव ऐकताच तानाजीचे रक्त उसळू लागले. तानाजी शिवाजी महाराजांना म्हणाला, "मित्रा, हीही काही विचारण्याची गोष्ट आहे? मी तर किती तरी वर्षापासून बदल्याच्या आगीत जळत आहे. मला एकदा तरी आदिलशाहच्या सैन्याला पराभूत करायचे आहे, महाराज कारण ही बदल्याची भावना, माझ्या आणि माझ्या कुटुंबियाच्या रक्तामध्ये वाहत आहे. तुम्ही तिथे दुसऱ्या कोणाला पाठवू नका. मी तो किल्ला जिंकून तुमच्या पायाशी ठेवील."

तानाजीचे म्हणणे ऐकल्यावर शिवाजी महाराजांनी तानाजीला आज्ञा केली आणि म्हणाले, "ठीक आहे. जा आणि कोंढाणा किल्ला आपल्या ताब्यात घ्या."

पुरंदर, राजगड, तोरणा, लोहगड, विसापूर, तुंग यासारखा प्रचंड प्रदेश या कोंढाणा किल्ल्यावरून दिसतो. हा पूर्ण किल्ला आदिलशाहीमध्ये सहभागी होता आणि आदिलशाहने त्यावर किल्लेदार म्हणून दादोजी कोंडदेव यांची नियुक्ती केली होती. आदिलशाहने या किल्ल्याला आपले केंद्र बनविले होते. या किल्ल्यामध्ये

प्रवेश करण्यासाठी दोन दरवाजे होते. एक कल्याण दरवाजा होता आणि दुसरा पुणे दरवाजा होता. ते दक्षिण पूर्व आणि उत्तर पूर्व दिशेला होते. हा किल्ला अनेक किल्ल्यांच्या मध्यभागी होता त्यामुळे पुरंदर, रायगड, तोरणा किल्ल्याच्या सभोवतालचा प्रदेशाने हा किल्ला घेरलेला होता. इथे असलेल्या कुंडेश्वर मंदिरावरूनच त्याला कोंढाणा किल्ला असे नाव पडले होते. याची निर्मिती आजपासून सुमारे २००० वर्षांपूर्वी करण्यात आली होती. इ.स. १३२८ मध्ये मोहम्मद बिन तुघलक याने एक कोळी राजा नाग नायक याच्याकडून आपल्या ताब्यात घेतला होता.

या युद्धाची रणनीती आखण्यात तानाजी गर्क झाले. मग त्यांनी काही लायक सैनिक आणि यौद्ध्यांची त्यांनी नियुक्ती केली. अशा प्रकारे त्याने आपले एक लहानसे सैन्य तयार केले. तानाजी कोंढाणा किल्ल्यावर अतिशय विचारपूर्वक रात्रीच्या वेळी आक्रमण करतील, असा विचार त्यांच्या सैन्याच्या वतीने करण्यात येत होता. क़ारण या किल्ल्याशी त्यांच्या जुन्या आठवणी जुळलेल्या आहेत. आपण लपून हल्ला करण्याची कोणतीही रणनीती आखणार नाहीत, असे तानाजीने जाहीर केले तेव्हा सर्वांनाच त्याचे खूप आश्चर्य वाटले. आपल्या लहानशा सैन्यासोबत उघडपणे हल्ला करण्याचे तसेच ताठ छातीने तिथे समोरून घुसण्याचे त्यांनी ठरविले होते. तानाजीच्या चेहऱ्यावर अशा प्रकारचे तेज आणि क्रोध यापूर्वी कधीही कोणालाही दिसला नव्हता.

आपल्या रणनीतीनुसार तानाजीने आपल्या लहानशा सैन्यासोबत क़ोंढाणा किल्ल्यावर आदिलशाहने नियुक्त केलेल्या दादोजी कोंडदेव या किल्लेदारावर आक्रमण केले. त्यांनी आत प्रवेश केला. युद्धाच्या वेळी तानाजीच्या डोळयात तिच आग होती, ज़ेव्हा त्यांनी आपले गाव जळताना पाहिले होते तेव्हा त्यांच्या डोळयात निर्माण झाली होती. ते दादोजी कोंडदेव यांच्या सैन्यावर तुटून पडले आणि काही वेळातच त्यांनी दादोजी कोंडदेव यांच्या सैन्याला धूळ चारली. त्यानंतर त्यांनी कोंढाणा किल्ल्यावर ताबा मिळविला आणि अशा प्रकारे स्वराज्यातील किल्ल्यांची संख्या आणखी एकाने वाढविली.

क़ोंढाणा किल्ल्यावर विजय मिळविल्याची बातमी कळल्यावर शिवाजी महाराजांच्या आनंदाला पारावार राहिला नाही. त्यामुळे ते स्वतः तानाजीच्या घरी गेले. तिथे

गेल्यावर त्यांना कळले की त्यांच्या कुटुंबातही आधीपासूनच आनंदाचे आणि उत्सवाचे वातावरण आहे. ते सर्व जण मिठाई वाटून आपल्या विजयाचा आनंद साजरा करीत होते.

अशा वातावरणात शिवाजी महाराजांनी प्रवेश करताच तानाजीची आई पार्वतीबाई शिवाजी महाराजांना म्हणाली, "ये मुला, आज तर तू या मातेचे हृदय आणि मान गर्वाने अतिशय उंच केली आहेस."

त्यावर शिवाजी महाराज माता पार्वतीबाईंना म्हणतात, "नाही माते, गर्व तर तुला आपला मुलगा तानाजीचा वाटायला हवा. त्याने संपूर्ण भारत देशात आपल्या शौर्याचे प्रतिक दाखवून दिले आहे."

इतक्यात शेलार मामा आणि सूर्याजीही तिथे येतात. त्यांना पाहून तानाजी अतिशय आनंदी होतो. संपूर्ण मालुसरे कुटुंबियांचा आनंद पाहून असे वाटत होते जणू काही अनेक वर्षांनी या घरात दिवाळी साजरी करण्यात येत होती. पार्वतीबाईंच्या डोळ्यात आनंदाची आसवे होती. आज कोणीही पार्वतीबाईच्या चेहऱ्यावरी तेज पाहून हे सांगू शकत होता की, त्यांना आज जीवनातील सर्वात मोठा आनंद मिळाला आहे. ज़णू काही त्यांच्या जगण्याच्या उद्देश सफल झाला आहे. आपल्या मातेच्या चेहऱ्यावरील हे समाधानाचे भार पाहून तानाजीही आनंदित झाले होते. आज आदिलशाहच्या सैन्याला पराभूत करून तानाजीने मालुसरे कुटुंबातील बदल्याची आग विझवून टाकली होती.

५

आपली माणसे

क़ोंढाणा किल्ला जिंकल्यावर मालुसरे कुटुंबात उत्सवाचे वातावरण होते. सर्व लोक आनंदात होते. या घटनेनंतर तानाजीच्या शौर्याच्या कथा दूरवर सांगितल्या जात होत्या आणि पसरत होत्या.

तानाजी रोज सकाळी आपली माता पार्वतीबाई यांच्यासोबत फिरायला जात असत. त्याच ठिकाणावरून ते कोंढाणा किल्ला पाहत असत जिथून कधी त्यांनी आपले गाव जळताना पाहिले होते. ते तासंतास आपली आई पार्वतीबाईसोबत आपल्या लहानपणीच्या आठवणी ताज्या करीत असत. हे त्यांच्या जीवनातील अतिशय सुंदर असे क्षण होते. त्याच बरोबरीने ते आपले वडील कलोजी आणि काकाला खूप आठवत असत.

तानाजीने विवाह करून एक नवीन जीवन सुरू करावे यासाठी तानाजीची आई जेव्हा केव्हा विषय काढीत असे तेव्हा ते काही ना काही दुसराच विषय काढून हा विषय टाळीत असत. त्यामुळे त्यांची आई आणि कुटुंबातील काही सदस्य थोडे काळजीत असत. तानाजीच्या संपूर्ण कुटुंबाने त्यांना ही गोष्ट अनेक वेळा समजावण्याचा प्रयत्न केला की, देश प्रेमाच्या बरोबरीने एक वैयक्तिक आणि खाजगी जीवन असणेही खूप आवश्यक असते. पण तानाजी मात्र कोणाचेही म्हणणे गांभीर्याने घेत नसत. ते हासून अशा गोष्टी टाळीत असत.

अनेक वेळा तर असे झाले की मोठ मोठ्या राजांच्या वतीने आपल्या मुलीच्या विवाहाचा प्रस्ताव तानाजीसाठी पाठविण्यात आला होता. तरी पण तानाजींनी या गोष्टी कधीच गंभीरपणे घेतल्या नाहीत आणि ते नेहमी देश सेवेच्या कामात दंग राहिले.

एका सकाळी तानाजी उठले तेव्हा शिवाजी महाराजांकडून एक सैनिक आला असल्याचे त्यांना आढळून आले. त्यांनी त्या सैनिकाला बोलावून विचारले, "काय झाले आहे?" तो सैनिक खूप घाबरला होता आणि सर्व माहिती स्पष्टपणे देण्यात मागे पुढे करीत होता.

तानाजीने पराभूत होऊन त्या शिपायाला जोरात पकडले आणि म्हटले, "काय भानगड आहे ते मला स्पष्टपणे सांग."

त्यावर तो शिफाई घाबरून म्हणाला, "आम्ही रात्रीपासून सर्वत्र शोधाशोध करीत आहोत, पण शिवाजी महाराज काही कुठे सापडत नाहीत."

तानाजी खूप संतप्त झाले आणि म्हणाले, "ही गोष्ट तू रात्रभर माझ्यापासून लपवून ठेवलीस?" त्या सैनिकाने लाजून मान खाली घातली आणि तो काहीही बोलला नाही.

दुसऱ्याच क्षणी तानाजी आपला घोडा घेऊन राजमहालाच्या दिशेने निघाले. त्यांनी अतिशय वेगाने जंगलाच्या दिशेने आपला घोडा पळविला. तानाजीचे मन भीती आणि संतापाच्या संमिश्र भावनांनी भरून गेले होते. ते अतिशय वेगवानपणे आपल्या घोड्याला जंगलाच्या दिशेने पळवित होते.

त्यांना घोडेस्वारी करता करता सकाळची दुपार झाली, पण शिवाजी महारांजांचा काही कुठे पत्ता लागला नाही. शेवटी पराभूत होऊन एका झाडाच्या खाली थोडी विश्रांती घेण्याचा निर्णय केला. शेवटी शिवाजी महाराज कोठे गेले असतील? याचाच ते विचार करीत होते.

त्यांना शिवाजी महाराजांनी लहानपणी सांगितलेली एक गोष्ट आठवली. शिवाजी महाराजांनी तानाजीला सांगितले होते की या जंगलात शिवजीचे एक शांत मंदिर आहे. त्या ठिकाणी एकांतात आपला वेळ घालविणे त्यांना खूप आवडते, असेही ते म्हणाले होते. ते मंदिर आपल्यासाठी खूप भाग्यशाली असल्याचे शिवाजी महाराज समजत असत.

तानाजींने जराही वेळ न घालविता त्या मंदिराच्या दिशेने कूच केले. ते मंदिरात पोहचले तेव्हा त्यांना अतिशय आश्चर्य वाटले. तिथे एक एकटी स्त्री बसली आहे आणि ती अतिशय जोरजोरात रडत असल्याचे तानाजीला आढळून आले.

सामान्य लोकांबद्दल असलेल्या संवेदनेमुळे आणि भावनेमुळे तानाजी त्या स्त्रीला मदत करण्यासाठी तिच्या जवळ गेले. त्यांनी तिला विचारले, "शेवटी काय झाले आहे? तुम्ही या घनदाट आरण्यात एकट्या काय करीत आहात?" त्यांनी इतक्या कोमल आणि सुंदर स्त्रीला त्या घनदाट आरण्यात एकटे बसलेले पाहून त्यांना आश्चर्य वाटत होते तसेच काळजीही वाटत होती. या कोमल स्त्रीला या घनघोर आरण्यात कोणी आणून सोडले असेल? त्यामुळे त्यांनी मनातल्या मनात त्या स्त्रीला तिच्या घरी सुरक्षितपणे पोहचविण्याचा निर्णय घेतला.

क़ाही वेळानंतर त्या स्त्रीने सांगितले की ती या वनामध्ये काही विशिष्ट प्रकारची फळे आणि फुले गोळा करण्यासाठी आली होती. फळांचा शोध घेण्यात ती इतकी काही दंग झाली की तिच्या मैत्रिणी मागे कुठे तरी राहिल्या आणि ती वाट चुकली.

आपण काहीही करून तिला सुरक्षितपणे तिच्या घरी पोहचवू असे तानाजीने त्या स्त्रीला आश्वासन दिले. त्यावर त्या स्त्रीने आक्रोश करणे थांबविले आणि ती तानाजीने मांडलेल्या प्रस्तावावर आनंदी झाली.

तानाजीने तिला आपल्या घोड्यावर बसविले आणि विचारले, "शेवटी तू कोणत्या ठिकाणाहून आली आहेस?" अशा प्रकारे तानाजी आणि त्या स्त्रीमध्ये गप्पांना सुरूवात झाली. सुरूवातीला एका स्त्रीसोबत बोलायला तानाजीला कसे तरी वाटत होते. पण तिच्या हासतमुख आणि सोप्य स्वभावाने तानाजीला अतिशय मोहीत केले.

ते दोघे जंगलातून जात असताना काही वेळानंतर त्या स्त्रीने तानाजीला सांगितले की वेगळया प्रकारच्या फळामध्ये आणि फुलांमध्ये तिला खूप रस आहे. त्याच बरोबर एका रहस्ययुक्त निर्झराबद्दलही तिने तानाजीला सांगितले. त्या निर्झरातील पाणी आसपासच्या सर्व पाण्यांच्या तुलनेत खूप जास्त गोड आहे आणि त्यामुळे अनेक प्रकारचे आजारही बरे होतात.

निसर्गाविषयी तिला असलेली इतकी सूक्ष्म माहिती ऐकून तानाजी अतिशय मोहीत झाले, प्रभावित झाले आणि तिचे मोहक केस आणि सुंदर हास्य तानाजीला मोहवित होते. क़ाही वेळानंतर त्यांना त्या महिलेसोबत अतिशय मित्रवत असल्यासारखे वाटत होते. ते तिच्याशी खूप साऱ्या गप्पा करीत होते.

आपण शिवाजी महाराजांच्या शोधासाठी निघालो होतो, याची आठवण झाल्यामुळे तानाजी अतिशय व्याकुळ झाले. मग त्यांनी त्या स्त्रीला तिच्या मार्गदर्शनानुसार तिला आधार देत तिच्या घरी आणून पोहचविले. त्यानंतर पुन्हा मग ते शिवाजी महाराजांचा शोध घेण्याच्या मागे लागले.

सायंकाळच्या वेळी तानाजी पराभूत होऊन आपल्या महालात परत आले तेव्हा ते अतिशय निराश झाले होते. क़ारण शिवाजी महाराजांचा शोध घेण्यात त्यांना अपयश आले होते. त्यांनी महालात जाऊन पाहिले तेव्हा घरातील सर्व जण हासत होते आणि शिवाजी महाराज एका कोपऱ्यात उभे राहून स्मित करीत होते. दुसऱ्या बाजूला त्यांची आई पार्वतीबाई, शेलार मामा आणि बंधू सूर्याजीही आपापल्या जागी उभे राहून हासत होते. सर्वात आधी त्याने शिवाजी महाराजांना मिठी मारली आणि दु:खी स्वरात म्हणाले, "मित्रा, तू तर आज आम्हाला घाबरवून सोडले होतेस. शेवटी इतका वेळ होतात तरी कुठे?"

शिवाजी महाराज हासू लागले आणि हासता हासताच म्हणाले, "मित्रा, आज मना मनापासून आनंद होत आहे. क़ारण जी गोष्ट मी तुला माझ्या लहानपणी सांगितली होती त्यापैकी प्रत्येक गोष्ट अजूनही तू आपल्या मनात जपून ठेवली आहेस. " शिवाजी महाराज पुढे म्हणाले, "मित्रा, आजपर्यंत तू आपली मैत्री आणि शौर्य याचे जे काही पुरावे सादर केले आहेत, त्याचा सामना कोणीही करू शकत नाही. पण तू कधी तुझ्या वैयक्तिक जीवनाचा कधी विचार केला आहेस?"

तानाजी काहीच समजू शकले नाही. म्हणून ते म्हणाले, "शेवटी तुम्हाला काय म्हणायचे आहे, महाराज?"

शिवाजी म्हणाले, "हे पहा मित्रा, युद्ध कौशल्य, मैत्री आणि देशाबद्दलचे कर्तव्य नक्कीच महत्त्वाचे आहे. पण म्हणून काही त्याचा अर्थ तू आपल्या जीवनाबद्दल आणि आपल्या कुटुंबियाबद्दल असलेल्या सर्व जबाबदाऱ्याबद्दल विसरून जावे असा होत नाही."

तानाजी विचार करून म्हणाले, "मला काहीच समजत नाही."

शिवाजी महाराज हासून म्हणाले, "आज तू ज्या स्त्रीला भेटला आहेस, ती राणी सावित्रीबाई आहे. तसेच ही भेट आम्ही सर्वांनी अतिशय विचार पूर्वक ठरविली होती. त्यामुळे तू जीवनात एखाद्या स्त्रीच्या सहवासात येशील असे आम्हाला वाटले."

शिवाजी महाराज पुढे म्हणाले, "मी, तुझी आई, तुझा भाऊ, मामा आणि तुझे सर्व कुटुंबिय यांची अशी इच्छा आहे की, तू विवाह बंधनात पडून एका नव्या जीवनाला सुरूवात करावी. आम्हाला सर्वांना हे माहीत आहे की तू आपल्या जबाबदाऱ्याबद्दल अतिशय संवेदनशील आहेस. आपण वैवाहिक जीवनाची जबाबदारी सांभाळू शकणार नाही, अशी तुला भीती वाटत आहे. पण मित्रा, आमच्यावर विश्वास ठेव. हा जीवनातील अतिशय महत्त्वाचा भाग आहे. आपण यापासून दूर जाऊ शकत नाही. तुझा वंश वाढताना पहावा, अशी तुझ्या आईची मनापासूनची इच्छा आहे. त्यासाठी तू विवाहाला होकार देणे अतिशय आवश्यक आहे."

यावर तानाजी थोडेसे संकोचले आणि त्यांनी हासून आपल्या या मित्राच्या प्रस्तावाचा स्वीकार केला. शेवटी ते आपल्या इतक्या चांगल्या मित्राचे म्हणणे कसे काय टाळू शकत होते?

क़ाही काळानंतरच कुटुंबात उत्साहाचे वातावरण निर्माण झाले. तानाजीच्या विवाहाची तयारी सुरू झाली. सावित्रीबाईसोबत तानाजीचा विवाह अतिशय धामधुमीने साजरा झाला. हे तानाजीच्या जीवनातील अतिशय महत्त्वाचे आणि आनंदाने भरलेले दिवस होते.

६

दिल्लीचा प्रवास

शिवाजी महाराजांच्या मराठी साम्राज्याशिवाय संपूर्ण भारतभर विस्तारलेले दुसरे कोणते साम्राज्य असेल तर ते मोघल साम्राज्य होते. मोगल सम्राट औरंगजेब बादशहाने या वेळेपर्यंत आपले साम्राज्य चरम सीमेपर्यंत पोहचवले होते. औरंगजेब त्या काळातील सर्वात श्रीमंत आणि शक्तिमान सम्राट होता. त्याने आपले मोगल साम्राज्या १२.३० लाख वर्ग परिसरात पसरविले होते. सुमारे पंधरा कोटी जनेतवर त्याची सत्ता होती.

त्या दिवशी शाही सम्राट औरंगजेब आपल्या दरबारात अतिशय व्याकुळ दिसत होता. तो अस्वस्थ होऊन इकडे तिकडे फेऱ्या मारीत होता. त्याने आपल्या शिपायाला पाठवून मिर्झा राजे जयसिंग यांना बोलावणे पाठवले होते. त्यांची वाट पाहत असल्यामुळेच कदाचित तो एका जागी स्वस्थपणे न बसता येरझाऱ्या मारीत असावा. थोड्या वेळानंतर मिर्झा राजे जयसिंग औरंगजेब बादशहाकडे आले. मिर्झा राजे जयसिंग आमेरचे राजे आणि औरंगजेब बादशहाच्या दरबारातील वरीष्ठ सेनापती होते. शहाजहानने त्यांना मिर्झा राजे ही पदवी दिली होती.

“काय झाले आहे, बादशहा?” मिर्झा राजे यांनी औरंगजेबाला विचारले.

औरंगजेबाने मिर्झा राजे यांना आपल्या जवळ बसविले. शिवाजी महाराजांच्या मराठी साम्राज्याचा विस्तार हे औरंगजेबाच्या काळजीचे कारण होते. क़ारण

मागील काही वर्षांमध्ये शिवाजी महाराजांनी औरंगजेब आणि इतर सम्राटांच्या किल्ल्यांवर विजय मिळवून त्यांना आपल्या ताब्यात घेतले होते. मागील काही वर्षात औरंगजेबाला मराठ्यांकडून पराभव स्वीकारावा लागला होता. संपूर्ण भारतावर राज्य करण्याचे औरंगजेबाचे स्वप्न त्यामुळे अर्धवट राहिले होते.

"जयसिंग, शिवाजीने आपले अनेक किल्ले ताब्यात घेतले असल्याचे तुला तर माहीतच आहे. त्याच्या साम्राज्याचा विस्तार होत असून ती आपल्यासाठी सर्वात काळजीची बाब आहे." औरंगजेब म्हणाला.

जयसिंग म्हणाला, "होय महाराज. आपले म्हणणे एकदम खरे आहे. शिवाजीने आपला मराठी सरदार तानाजी सोबत मिळून आपले अनेक किल्ले ताब्यात घेतले आहेत."

औरंगजेब म्हणाला, "पण जयसिंग ही आपल्यासाठी अतिशय लज्जास्पद बाब आहे. मराठी साम्राज्यासमोर आपले साम्राज्य अनेक वेळा टिकाव धरू शकले नाही. किती तरी युद्धात आपल्याला पराभव स्वीकारावा लागला आहे. अशाच प्रकारे होत राहिले तर हळू हळू एक दिवस आपले साम्राज्याही नष्ठ झाल्याशिवाय राहणार नाही. त्याचे हिंदवी स्वराज्य सर्वत्र पसरेल. यासाठी मला तुझा सल्ला हवा आहे. आता आपण काय करायला हवे, हे तुझ्या दृष्टीने तू सांग."

ज़यसिंगाला औरंगजेब अतिशय बुद्धिमान आणि हुशार समजत असे. तसेच तो आपल्यासाठीही अडचणी निर्माण करू शकतो, हे त्याला माहीत होते. अर्थात या वेळी त्याच्यासाठी या अडचणीवर मात करू शकणाराही तोच होता.

ज़यसिंग थोडा विचार करीत म्हणाला, "मला वाटते महाराज, आपण एकदा शिवाजीला दिल्लीला बोलवायला हवे. त्याच्याशी बोलून पहायला हवे. क़दाचित त्यांच्याशी तह करून आपण योग्य मार्ग काढू शकेल. तसेच आपले किल्लेही परत आपल्या नियंत्रणात आणण्यात येईल. आपण फक्त युद्ध करीत राहिलो तर एके दिवशी मोगल साम्राज्याचा शेवट झाल्याशिवाय राहणार नाही आणि तो दिवस फारसा दूर नाही. मग संपूर्ण देशावर मराठ्यांचे राज्य आल्याशिवाय राहणार नाही."

"जयसिंग, कमीत कमी चांगले तरी बोला. आता त्याच्याशी एकदा भेटण्याचाच प्रश्न असेल तर त्याला एकदा दिल्लीला बोलवा. आम्हाला शिवाजीसोबत बसून बोलायचे आहे.

मिर्झा राजे जयसिंग यांनी औरंगजेबच्या वतीने शिवाजीला भेटीचे निमंत्रण पाठविले.

शिवाजी आपली आई जीजाबाई यांच्यासोबत या निमंत्रणाविषयी चर्चा करीत होते. "मला तर तिथे जाण्याची इच्छा आहे, पण माझा औरंगजेबावर अजिबात विश्वास नाही. तो एक धोकाबाज आणि धूर्त शासक आहे. तो आपल्या शत्रूला कोणत्याही कारणामुळे सोडीत नाही."

तेव्हा जीजाबाई म्हणाल्या, "तू एका मराठी साम्राज्याचा राजा आहेस. त्यामुळे त्याच्याशी बोलायला गेले पाहिजे, असेच नाही. तुला तरीही जायचेच असेल तर आधी तू मिर्झा राजे जयसिंगासोबत बोलून घ्यायला हवे."

शिवाजी म्हणाले, "आपले मराठी साम्राज्य दिल्लीपर्यंत पोहचवावे, अशी माझी इच्छा आहे. त्यामुळे मला दिल्लीला जयाला हवे. मला दिल्लीला जाऊन तेथील परिस्थिती पाहून यायला हवा. म्हणजे मग आपल्याला आपल्या योजनेवर काम करता येईल."

औरंगजेबाकडे जायच्या आधी शिवाजी महाराजांनी तानाजीला बोलावून आपल्या सोबत दिल्लीला येण्याचा आग्रह केला. तानाजीच्या सोबत ते मिर्झा राजे जयसिंग यांना भेटले. शिवाजी आणि तानाजी यांच्या सुरक्षिततेची मिर्झा राजे जयसिंग यांनी पूर्ण खात्री दिली. तसेच दोन्ही महाराजांसाठी अशा प्रकारची भेट होणे आवश्यक असल्याचे सांगितले. त्यामुळे आगामी काळात युद्ध आणि नुकसान दोघांनाही सहन करावे लागणार नाही.

शिवाजी राजे यांचा जयसिंगावर विश्वास होता. त्याच्या सांगण्यानुसार औरंगजेबला भेटण्यासाठी दिल्लीला जाण्यासाठी ते तयार झाले. ते आपले मित्र तानाजी मालुसरे आणि इतर काही विश्वासू सहकाऱ्यांसोबत दिल्लीला जायला निघाले.

वाटेमध्ये शिवाजी महाराजांनी तानाजीला विचारले, "सिंह, आपण अशा प्रकारे औरंगजेबाला भेटायला जाणे योग्य होईल का, याबद्दल तुला काय वाटते?"

तेव्हा तानाजीने उत्तर दिले, "आपले राज्य वाचविण्यासाठी आणि त्याचा विस्तार करण्यासाठी हवी ती जोखीम उचलायला आपण नेहमीच तयार असतो. त्यामुळे तिथे गेल्यावर जे काही होईल, त्यासाठी आपण तयार आहोत. तुम्ही फक्त मला इशारा करा, मग मी कोणत्याही संकटातून बाहेर पडण्याची लगेच योजना

तयार करतो. तुमच्या सांगण्यानुसार मी तेथील आपल्या काही मित्रांना आपण येणार असल्याची माहिती दिली आहे. क़ोणत्याही प्रकारची समस्या निर्माण झाली तर आपल्याला मदत करण्यासाठी ते तयार असणार आहेत. आपल्याला फक्त आपल्या चहुबाजूला सजगपणे लक्ष ठेवायला हवे कारण कोणत्याही प्रकारे आपण डोळे बंद करून औरंगजेबावर विश्वास करू शकत नाहीत."

क़ाही दिवसांचा प्रवास करून शिवाजी महाराज आणि तानाजी दिल्लीला औरंगजेबाच्या महालात पोहचले. दरवाजावर त्यांचे अतिशय जोरदार स्वागत करण्यात आले तसेच महालांत त्यांच्या राहण्याचीही चोख व्यवस्था करण्यात आली. अशा प्रकारच्या स्वागताची शिवाजी आणि तानाजी यांनी औरंगजेबाकडून अपेक्षा ठेवली नव्हती. अर्थात बकऱ्याचा बळी देण्याच्या आधी त्याला हिरवा चारा खायला देण्यासारखीही ही परिस्थिती असू शकते.

दरम्यान औरंगजेब आणि शिवाजी महाराज यांच्यात बोलणी सुरू झाली. त्यावेळी तानाजी आणि मिर्झा राजे त्यांच्यासोबत होते. मराठ्यांच्या वाढत्या साम्राज्याविषयी औरंगजेबाने शिवाजी महाराजांचे अभिनंदन केले. शिवाजी महाराजांनी आपले घेतलेले सर्व किल्ले परत द्यावेत, इतकाच औरंगजेबाचा उद्देश होता आणि तसे त्यांने शिवाजीला बोलूनही दाखविले होते.

"शिवाजी, आम्ही तुझी शासन क्षमता आणि कुशल राजनीती यामुळे मी खूप प्रभावित झालो आहे. तुमच्या या प्रतिभेने आम्हाला मंत्रमुग्ध केले आहे. पण युद्धामुळे आतापर्यंत कोणाचे भले झालेले नाही. त्यामुळे मोगल साम्राज्याचा जो काही भाग तुम्ही मागील काही वर्षांमध्ये जिंकला आहे, तो आम्हाला परत द्यावा, असे आम्हाला वाटते. याशिवाय तुमच्या मराठी साम्राज्यासाठी ही एक महत्त्वाची संधी आहे की तू आपले स्वराज्य मोगलांच्या राज्यात विलिन करून आमच्या म्हणण्यानुसार तेथील राज्य कारभार करू शकतोस. हे मी तुला यासाठी सांगत आहे की, तुला हे तर माहीतच आहे की मोगल साम्राज्य जवळपास संपूर्ण देशात पसरलेले आहे. आम्ही भारताच्या सर्व काना कोपऱ्यात मोगल साम्राज्याचे झेंडे रोवले आहेत. अर्थात प्रत्येक ठिकाण आम्ही आपल्या ताब्यात घ्यायच्या आधी तेथील आमच्या शत्रूला एक संधी नक्की देत असतो. अशीच संधी आम्ही तुलाही देत आहोत. शिवाजी मी तुझ्या होकाराची वाट पाहतो. त्यानंतर मग तूही आरामशीरपणे राहू शकशील आणि आम्हालाही शांतपणे जगता येईल."

हे ऐकल्यावर शिवाजीच्या लक्षात आले की इथे कोणत्याही प्रकारच्या मैत्रीचा किंवा तहाचा प्रस्ताव ठेवला जात नाही, तर औरंगजेबाला कुटीलपणे मराठी साम्राज्य हडप करायचे आहे.

शिवाजी महाराजांनी उत्तर दिले, "सुल्तान औरंगजेब, आम्हीही आमच्या बालपणापासून हिंदवी स्वराज्याची स्थापना करण्याची प्रतिज्ञा घेतली आहे. ज़ो काही भाग आम्ही जिंकून घेतला आहे त्यासाठी आमच्या अनेक शूर वीरांनी आपल्या प्राणाची बाजी लावली आहे. त्यामुळे हा भाग आम्ही अशाच प्रकारे परत दिला तर ती त्यांच्या बलिदानाची कुचेष्टा होईल. सत्ता तर नेहमी राजाचीच असते आणि आम्ही आमच्या भागाचे राजे आहोत. राजा जेव्हा आपले सिंहासन सोडतो तेव्हा तो राजा राहत नाही. आम्ही इथे एक राजा म्हणून आलो आहोत, आम्हाला यावेळी फक्त इतकेच सांगायचे आहे की सातत्याने वाढत चाललेल्या मराठी साम्राज्याला तुम्ही कमकुवत लेखण्याची चूक करू नका. आम्ही तुमच्या सैन्याला अनेक वेळा धूळ चारली आहे. त्यामुळे एखादे साम्राज्य किती मोठे आहे किंवा एखादे किती लहान आहे, यावरून त्याला काहीही फरक पडत नाही. आमचे सैन्य तुमच्या सैन्याच्या तुलनेत खूप कमी असले तरीही युद्ध कौशल्याच्या बाबतीत आम्ही तुमच्यापेक्षा सरस आहोत, हे मला चांगल्या प्रकारे माहीत आहे. आम्ही आपले राज्य आपल्या स्वाधीन करावे यासाठी तुम्ही जर आम्हाला इथे बोलावले असेल तर ते अशक्य आहे. याशिवाय दुसरे काही बोलायचे असेल तर बोला."

शिवाजी महाराजांनी दिलेल्या उत्तरामुळे औरंगजेबाची टिंगल उडाली होती. त्याच्या घरी येऊन शिवाजी महाराजांनी त्यांनेच मांडलेला प्रस्ताव नाकारला होता. ही गोष्ट औरंगजेबाला अतिशय वाईट प्रकारे बोचत होती.

औरंगजेब म्हणाला, "तू खूप मोठी गोष्टी अतिशय साध्या पद्धतीने सांगितली आहे. शिवाजी तुझे उत्तर ऐकून आम्ही अजिबात खुश झालो नाहीत. तुझे उत्तर ऐकून आम्हाला असे वाटते की तुला कितीही समजावले तरीही त्याचा तुझ्यावर काहीही फरक पडणार नाही."

असे बोलून औरंगजेबाने आपल्या शिपायांना आदेश दिला, "या दोघांना अटक करा आणि बंदीवान बनवा."

तोच काही शिपाई तिथे आले आणि त्यांनी शिवाजी आणि तानाजी यांना बंदी बनविले. मिर्जा राजे जयसिंग यांना ही गोष्ट आवडली नाही आणि त्यांनी औरंगजेबाला असे करण्यापासून थांबवण्याचा प्रयत्न केला कारण मिर्झा राजे वरील विश्वासामुळेच शिवाजी महाराज इथे यायला तयार झाले होते. पण औरंगजेब बादशहा होता आणि तो कोणत्याही प्रकारे दुसऱ्या कोणाचे ऐकण्यासाठी बाध्य नव्हता. त्याने शिवाजी आणि तानाजी यांना त्याच कक्षामध्ये बंदी बनविले.

लवकरच त्या दोघांना त्या कक्षामधून काढून तहखान्यामध्ये टाकून देण्याचा औरंगजेबाचा विचार होता. ती खोली चारी बाजूने बंदी करण्यात आली होती आणि त्याच्या दरवाजावर सशस्त्र पहारेकरी बसविण्यात आले होते. आतमध्ये शिवाजी आणि तानाजी बंद होते.

शिवाजी महाराज म्हणाले, "तानाजी, आपल्याकडे वेळ खूप कमी आहे. आपण काही काळ याच ठिकाणी बंदी राहिलो तर औरंगजेब आपल्याला तहखान्यात टाकल्याशिवाय राहणार नाही. तिथून बाहेर पडणे आपल्यासाठी अशक्य होणार आहे."

तानाजीने उत्तर दिले, "तुम्ही काही काळजी करू नका, महाराज. बाहेर उभ्या असलेल्या शिपायांपैकी एक शिपायी आपल्या बाजूचा आहे. तो लवकरच काही तरी करील."

थोड्याच वेळात तो शिपाई आत आला आणि म्हणाला, "महाराज, बाहेर अतिशय कडक पाहरा आहे. त्यामुळे इथून बाहेर पडणे अवघड आहे."

त्यावेळी तानाजीने विचारले, "बाहेर किती सैनिक आहेत?" तेव्हा त्या शिपायाने सांगितले की जवळपास ५० सैनिकांनी त्या कक्षाभोवती वेढा घातला आहे.

तोच शिवाजी आणि तानाजीने एक योजना आखली की त्यांच्यासाठी फळे आणली जावीत. शिपाई त्यांची गोष्ट समजला आणि बाहेर जाऊन त्याने जयसिंग याच्यांशी त्यांना फळे आणून देण्याबाबत विषय काढला. शिवाजींच्या सुरक्षिततेबाबत दिलेले वचन पाळू शकलो नाही म्हणून मिर्झा राजे आधीपासूनच अस्वस्थ होता. त्यामुळे त्याने परवानगी दिली आणि एका मोठ्या टोपलीसह एक फळवाला तिथे आणण्यात आला. क़ठोर पाहऱ्यामुळे फळवाला आत प्रवेश करू शकला नाही. त्यामुळे मग दुसरा एक शिपाई फळांची टोपली घेऊन आत गेला.

तानाजीने जराही वेळ न घालवता आपल्या कमरेची तलवार काढली आणि त्या शिपायाचे शीर धडा वेगळे केले. शिवाजी महाराजांनी अतिशय तातडीने त्या टोपलीतून फळे काढली आणि स्वतः त्यामध्ये बसले. त्यावेळी तानाजीने शिपायाची वेशभूषा केली आणि फळाची टोपली घेऊन बाहेर आला. दाराबाहेर येताच सर्व शिपायानी त्याला पाहिले, पण तानाजीला कोणीही ओळखू शकले नाही. तानाजी अतिशय वेगाने महालाच्या बाहेर आला. अशा प्रकारे दोघेही तिथून पळून जाण्यात यशस्वी झाले.

थोड्या वेळातच औरंगजेबाच्या महालात आरडा ओरडा सुरू झाला की शिवाजी आणि तानाजी पळून गेले. औरंगजेबाला ही गोष्ट कळताच तो अतिशय चिडला आणि त्याने आपल्या शिपायांना त्या दोघांचा शोध घेण्यासाठी पाठविले. पण तोपर्यंत शिवाजी आणि तानाजी युमना नदीच्या काठावर पोहचले होते. तिथे त्यांचा दुसरा एक मित्र नाव घेऊन त्यांची वाट पाहत होता. ज़राही वेळ वाया न घालविता दोघेही तिथून पुढे निघाले. शिपाई त्यांना शोधतच होते, पण शिवाजी आणि तानाजी काही त्यांना कुठे दिसले नाहीत. बनारस मार्गे ते दोघेही आपल्या राज्यात परत येण्यासाठी निघाले.

या घटनेमुळे औरंगजेबाला आश्चर्यचकित करून टाकले आणि त्याचा परिणाम म्हणून त्याने आपल्या अनेक सैनिकांना मृत्यूदंडाची शिक्षा ठोठावली. त्याच बरोबर त्याला मिर्झा राजे जयसिंग यांच्याबद्दलही संशय वाटू लागला आणि त्याने शिवाजीला पुन्हा पकडून आणण्याची जबाबदारी मिर्झा राजेंवर सोपविली.

७

पुरंदरचा तह

मिर्झा राजे जयसिंग याच्यावर औरंगजेबाने टाकलेल्या जबाबदारीबद्दल मिर्झा राजे अतिशय गंभीर होते. आपण शिवाजीचे रक्षण करू शकलो नाही, याचे एका बाजूला मिर्झा राजे यांना दुःख होते, तर दुसऱ्या बाजूला शिवाजी आणि तानाजी आपल्याला मूर्ख बनवून औरंगजेबाच्या कैदेतून पळून गेले याचेही वाईट वाटत होते. यामुळे जयसिंगाची खूप मोठी खिल्ली उडविण्यात आली होती आणि त्याला त्यामुळे लज्जीतही व्हावे लागले होते. आता कोणत्याही प्रकारे शिवाजीला शिकस्त द्यायची, असे जयसिंगाने ठरविले होते. अशा वेळी मिर्झा राजे जयसिंग यांना शिवाजी महाराजांवर हल्ला करण्याचे ठरविले.

शिवाजी महाराज आपल्या सैन्यासह युद्धासाठी पूर्णपणे सज्ज होते. सैन्याचे नेतृत्त्व पुन्हा सुभेदार तानाजी मालुसरे यांच्याकडेच होते. तसेच दुसऱ्या बाजूला जयसिंगही मोगल आणि योरोपीय सैन्य सोबत घेऊन अतिशय सामर्थ्याने समोर उभा होता. यावेळी युद्ध समोरा समोर होते आणि जयसिंगाने पुरंदर किल्ल्यावर आक्रमण करण्याचे ठरविले होते. शिवाजी महाराजही आपल्या सैन्यासह आक्रमण करण्यासाठी तयार होते.

ज़यासिंगाने आधी आक्रमण केले आणि किल्ल्याला चारही बाजूने घेराव घातला. शत्रूचे सैन्य कितीही समर्थ आणि शक्तिशाली असले तरीही आपण

त्यांना पराभूत करू, असा तानाजीला विश्वास होता. आपल्या चारित्र्यानुसार आपल्या साहसाची ओळख पटवून देत तानाजीने ज़यसिंगाच्या सैन्याला पळता भूई थोडी केली.

थोड्यावेळातच जोरदार युद्धाला सुरूवात झाली आणि मराठी सैन्य जयसिंगाच्या सैन्याला भारी पडत असल्याचे दिसून येऊ लागले. ज़यसिंगाचे सैन्य अतिशय वेगाने कमी होत असल्याचे दिसू लागले. त्यामुळे तो किल्ला सर करणे जयसिंगासाठी अवघड होऊ लागले.

पण खरं तर खेळ इथेच संपला नव्हता. जयसिंगाने जाणून बुजून या युद्धासाठी आपले आर्धे सैन्यच वापरले होते. आपल.या निम्म्या सैन्यासोबत लढण्यातच मराठी सैन्य गुंतून जावे आणि उरलेल्या आर्ध्या सैन्याकडे त्यांचे लक्ष जाऊ नये, यासाठी जयसिंगाने असे केले होते. अशा प्रकारे जयसिंगाच्या उरलेल्या आर्ध्या सैन्याने पाठीमागून मराठी सैन्यावर आक्रमण केले.

तरीही मराठी सैन्यावर त्याचा काहीच परिणाम झाला नाही. ते पूर्ण शौर्याने जयसिंगाच्या सैन्याशी लढत होते. त्यामध्ये तानाजीची रणनीती आणि नेतृत्त्व याचे पूरेपूर योगदान होते. शत्रूचे इतके प्रचंड सैन्य पाहून तानाजीने तोफांचा वापर करण्याचे ठरविले. त्याने जयसिंगाच्या सैन्यावर आगीच्या गोळयांचा वर्षाव केला, पण त्याच वेळी जोरदार पावसाला सुरूवात झाली.

ज़ून महिन्याच्या या प्रचंड गर्मीमध्ये अशा प्रकारे जोरदार पाऊस होणे शिवाजी आणि तानाजी यांना काळजीत टाकणारे होते. क़ारण त्यामुळे ते आपल्या योजनेनुसार तोफेच्या गोळयांचा मारा करू शकत नव्हते.

या संधीचा फायदा घेत जयसिंग किल्ल्याच्या मुख्य दरवाजाच्या दिशेने आगेकूच करू लागला. थोड्याच कालावधीत जयसिंगाच्या सैन्याने किल्ल्यामध्ये प्रवेश केला आणि जोरदार तलवारबाजीला सुरूवात झाली. ज़यसिंगही आपल्या पराक्रमासाठी ओळखला जात होता आणि तो शिवाजी महाराजांमुळ आधीपासूनच संतप्त झाला होता. ज़यसिंग पूर्ण सामर्थ्यानिशी मराठी सैन्यावर तुटून पडला होता. पण तानाजीच्या शौर्यापुढे जयसिंगाचा काही टिकाव लागत नव्हता.

किल्ल्याच्या चारही बाजूला मराठी सैन्य तैनात करण्यात आले होते आणि जयसिंगाच्या सैन्याला अशा ठिकाणी चढाई करणे अवघड जात होते. अर्थात

जयसिंगाचे सैन्य खूप मोठ्या प्रमाणात होते आणि ते काही केल्या मागे हाटायला तयार नव्हते.

ज़यासिंगाने आपल्या चतूराईने विजापूरचे सुल्तान, युरोपीयन शक्ती आणि लहान लहान जमिनदारांची मदत घेऊन शिवाजीवर आक्रमण केले होते. शस्त्रास्त्रानी युक्त असलेल्या युरोपीयन सैन्याने मराठी सैन्याला मागे हटवायला सुरूवात केली.

यावेळी किल्ल्यामध्ये मराठी सैनिकांच्या तुलनेत जयसिंगाच्या सैन्याची संख्या अधिक होती. त्यामुळे शिवाजीचे नुकसान व्हायला लागले होते. ही शिवाजी माहाराजासांठी अतिशय काळजीची स्थिती निर्माण झाली होती. क़ारण मागील कित्येक वर्षांत पहिल्यांदाच शिवाजी महाराजांना पराभवाचा सामना करावा लागत होता.

अशा वेळी शिवाजी महाराज तानाजीला भेटले आणि त्याला विचारले, "आपण जयसिंगावर विजय मिळवू शकू अशा अवस्थेत आपले सैन्य आहे का?"

तानाजी मालुसरेने उत्तर दिले, "महाराज, आम्ही मराठे आहोत आणि शेवटच्या श्वासापर्यंत आम्ही पराभव स्वीकारत नाहीत. मग त्यासाठी काहीही झाले तरी चालेल. अर्थात जयसिंगाने आपल्या सैन्यासोबत इतर अनेक सैनिकांचे सहकार्य मिळविले आहे. त्यामुळे तो आपल्या सैन्यापेक्षा भारी ठरत आहे. आम्ही विजयी होण्यासाठी लढत आहोत, पण विजय होईल की नाही ते काही सांगता येत नाही."

अशा वेळी तानाजीसोबत विचार विनिमय केल्यावर शिवाजी महाराजांना असे वाटले की, मोगल साम्राज्यासोबत केलेल्या युद्धामुळे फक्त साम्राज्याला थोडेसे नुकसान पोहचवू शकेल. तसेच यामुळे आपल्या माणसांचे खूप मोठे नुकसान होणार आहे, त्यामुळे मोगलाच्या तावडीत आपली माणसे देण्याऐवजी त्यांनी मोगलाशी तह करण्याचा निर्णय घेतला. तानाजी जयसिंगाकडे गेले आणि एक तहाचा प्रस्ताव जयसिंगासमोर ठेवला.

"राजा जयसिंग शिवाजी महाराज तुमच्याशी तह करण्यासाठी उत्सुक आहेत. तुमची इच्छा असेल तर आपण तहाची बोलणी करू शकतो." तानाजी म्हणाला.

राजा जयसिंग अतिशय चतूर होता. त्याने तहासाठी होकार दिला. इतकेच नाही तर तहाची बोलणी करण्यासाठी शिवाजी महाराजांसमोर उपस्थित झाला.

यावेळी शिवाजी आणि जयसिंग समोरा समोर होते. म्हणून मग शिवाजी महाराजांनी जयसिंगाकडे त्याच्या तहाचा प्रस्ताव मागितला. इ.स. १६६५मध्ये झालेल्या या तहानुसार शिवाजी महाराज स्वराज्यातील २३ किल्ले मोगलांना देणार होते. याशिवाय ज्या ठिकाणी आवश्यकता पडेल त्या ठिकाणी शिवाजी महारांजांना मोगलाना मदत करावी लागणार होती.

ही बातमी कळल्यावर औरंगजेब अतिशय खुश झाला. या तहानुसार तानाजीने जिंकलेला कोंढाणा किल्लाही मोगलांना देण्यात आला. त्याचे सर्वांना खूपच दुःख झाले कारण मराठी साम्राज्यासाठी हे सर्वात मोठे नुकसान होते.

८

विवाहाचे निमंत्रण

ज़ून १६६५मध्ये झालेल्या पुरंदरच्या तहानुसार शिवाजी महाराजांना आपले २३ किल्ले मोगलांना सोपवावे लागले.

या सहामुळे संपूर्ण मराठी साम्राज्याला खूप मोठी ठेच पोहचवली. तसेच या २३ किल्ल्यांपैकी कोंढाणा किल्लाही एक होता. या किल्ल्याची आपली अशी एक खास ओळख होती. शिवाजी महाराज, जीजाबाई आणि तानाजी यांच्या अंतरात होणारी बोच दुसऱ्या कोणाला कळणे क्वचितच शक्य होते.

शिवाजी महाराज आपली माता जीजाबाईवर खूप प्रेम करीत होते, पणे ते आपल्या मातेची इच्छा काही पूर्ण करू शकत नव्हते. क़ारण आता परत कोंढाणा जिंकणे जवळपास अशक्य होते. त्याचे कारण असे होते की राजपूत, अरब आणि पठाण आता त्या किल्ल्याचे रक्षण करीत होते.

जीजाबाईच्या कक्षातील खिडकीतून कोंढाणा किल्ला पूर्णपणे दिसत असे. आजच्या दिवशी राजमाता जीजीबाई कोंढाणा किल्ल्यावर फडकणारा मोगलांचा हिरवा ध्वज पाहून ख़ूप दुःखी झाल्या होत्या. किल्ल्यावर फडकणारा हिरवा ध्वज पाहून त्यांचे मन पिळवटून निघत होते. क़ोंढाणा किल्ल्यावर आपल्या साम्राज्याचा भगवा ध्वज फडकताना पाहण्याची त्यांची इच्छा होती.

शिवाजी महाराज जीजाबाईंच्या मताशी सहमत होते, पण हा किल्ला कशा प्रकारे जिंकावा हेच त्यांना कळत नव्हते. असे म्हणतात की कोणतीही स्त्री एखादी गोष्ट मनाशी पक्की ठरविते तेव्हा तिच्यामध्ये एक आश्चर्यकारक शक्ती समाविष्ट होते. शिवाजीची माता जीजाबाई हे त्याचे एक चालते बोलते उदाहरण होते.

अशा प्रकारे जीजाबाई रोज आपल्या खिडकीत बसून कोंढाणा किल्ला पाहत असत. क़ोंढाणा किल्ला मोगलांच्या ताब्यात आहे, असा विचार करून त्यांना अतिशय राग येत होता. त्यामुळे मग त्यांनी एके दिवशी एक घोडेस्वार शिवाजी महाराजांकडे राजधानी राजगडावर पाठविला. तसेच त्याच्यासोबत निरोप पाठविला की त्यांनी जीजाबाईच्या भेटीसाठी लगेच प्रतापगडावर यावे.

शिवाजी महाराज एक आज्ञाधाररक मलगा होते आणि भेटीचे कारण न विचारताच ते आपल्या मातेला भेटण्यासाठी प्रतापगडावर उपस्थित झाले. माता जीजाबाईला त्यांच्याकडून काय हवे होते, हे कळल्यावर शिवाजी महाराजांचे मन खचले. क़ोंढाणा किल्ला जिंकणे अशक्य असल्याचे त्यांनी जीजाबाईंना समजावण्याचा भरपूर प्रयत्न केला.

शिवाजी महाराज म्हणाले, "मांसाहेब, कोंढाणा किल्ला जिंकण्यासाठी अनेक शूर वीर गेले, पण त्यापैकी एकही जिवंत परत आला नाही."

शेवटी जीजाबाईने खूपच हट्ट केल्ल्यावर त्यांच्या मनात एकाच व्यक्तीचे नाव आले. फक्त आणि फक्त त्याच व्यक्तीवर ही भयंकर जबाबदारी सोपविली जाऊ शकत होती. ते नाव होते तानाजी मालुसरे. तानाजी मालुसरेशिवाय शिवाजी महाराज दुसऱ्या कोणाच्याही नावाचा विचार करू शकत नव्हते. तानाजी त्यांचा लहानपणापासूनच अतिशय जवळचा मित्र होता तसेच सर्वात महत्त्वाची गोष्ट म्हणजे तो अतिशय धाडसी होता. आतापर्यंत प्रत्येक मोहिमेवर तानाजी शिवाजीं महाराजांसोबत राहिले होते.

तानाजीच्या घरी आनंदाचे वातावरण होते. सर्व लोक इकडते तिकडे व्यवस्था करण्यात मग्न झाले होते. सूर्याजी काही मिठाईचे भांडे उचलून आणीत होते, तर शेलार मामा फले असलेली टोपल्या कोपऱ्यात ठेवायला सांगत होते. पार्वतीबाई आपल्या आंगणात एका झाडाखाली बसून बाहेरील सर्व व्यवस्था पाहत होत्या. तर तिथेच तानाजी घरी आलेल्या काही पाहुण्यांसोबत गप्पा टप्पा करीत होते.

अशा प्रकारे बोलत असतानाच त्यांचे लक्ष आपला मुलगा रायबाकडे गेले. ख़रं तर कालपर्यंत रायबा एक लहानसा मुलगा होता. त्याला आंगाखांद्यावर घेऊन तानाजी आपल्या आंगणात फेऱ्या मारीत असत. त्याला फिरायला घेऊन जात असत. आज मात्र तो मोठा होऊन एक युवक झाला आहे. त्याच्याच लग्नाच्या निमित्ताने ही सर्व तायरी केली जात होती. तानाजीच्या चेहऱ्यावर समाधानाचे भाव होते आणि अतिशय शांतपणे ते विवाहाची सर्व तयारी पूर्ण करीत होते.

कुटुंबातील एका सदस्याने येऊन त्यांना विचारले, "तुम्ही शिवाजी महाराजांना या लग्नाचे निमंत्रण दिले नाही का?"

त्यावर तानाजी हासून म्हणाले, "ते तर आपल्या कुटुंबाचेच सदस्य आहेत. त्यांना विशेष निमंत्रणाची काय आवश्यकता? पण मी लवकरच ज़ाऊन त्याना विवाहासाठी लवकर येण्याचे सांगणार आहे." असे बोलून ते आत जातात आणि काही सामान घेऊन बाहेर येतात.

दोन दिवसानंतर तानाजी घराबाहेर निघाले. ते आपल्या मातेला सांगतात, "मी शिवाजी महाराजांना लग्नाचे निमंत्रण देण्यासाठी जात आहे."

त्यांची आई आनंदित होऊन म्हणाली, "हो, हो. नक्की जा. आणि त्याला सांग की तुझ्या पार्वती मातेने तुला विवाहासाठी जरा लवकरच बोलावले आहे."

तिकडे शिवाजी महाराज आपल्या महालात बसून जीजाबाईसोबत अतिशय गंभीरपणे बोलत होते. तोच तिथे तानाजीचे आगमन झाले. त्या दोघांना अशा प्रकारे गंभीर झालेले पाहून तानाजी थोडा वेळ विचारात पडले आणि नंतर म्हणाले, "शिवा, मी शुभ समाचार घेऊन आलो आहे."

शिवाजी महाराजांनी आनंदाने विचारले, "असा कोणता शुभ समाचार आहे, तानाजी?"

तानाजी म्हणाला, "माझा मुलगा रायबाचा विवाह जवळच्याच गावातील एका राजकुमारीशी नक्की करण्यात आला आहे. एका आठवड्यात लग्नाची तयारी पूर्ण करायची असून त्यानंतरचा मुहूर्त आहे. त्यासाठी मी तुला न्यायला आलो आहे. आता माझ्यासोबत चल."

त्यावर शिवाजी महाराज अतिशय आनंदित होऊन म्हणतात, "हे बघ सिंहा, काळ कसा झटपट निघून जात आहे. क़ालपर्यंत ज्या मुलाला आपण कडी

खांद्यावर घेऊन फिरत होतो, तोच आज विवाहयोग्य झाला आहे. " असे म्हणून दोघेही हासू लागले.

त्यावर जीजाबाई म्हणाल्या, "एके दिवशी मीही तुम्हाला दोघांना आपल्या कडी खांद्यावर मिरविले होते, पण आता तर तुम्ही आपापल्या मुलांची लग्ने करायला निघाला आहात."

या बोलण्यामुळे त्यांच्यातील हासण्याचा आवाज आणखी वाढला. या हासण्याच्या दरम्यानही शिवाजी महाराजांच्या चेहऱ्यावरील तणावाच्या रेषा तानाजीला जाणवत होत्या.

त्याने शिवाजी महाराजांना विचारले, "ममहाराज, तुम्ही एकदम बराबर आहात ना?"

शिवाजी महाराज म्हणाले, "अरे मी नुसताच ठीक आहे, असे नाही तर मी आता आनंदितही आहे. रायबाच्या लग्नापेक्षा जास्त आनंदाचा असा दुसरा कोणता क्षण असू शकेल का?"

तानाजी हासतो आणि म्हणतो, "तर मग ठीक आहे. या विवाहासाठी लवकरच जास्त वेळ काढून आगत्याने येणे करावे." असे म्हणून ते तिथून निघाले.

ते जात असताना वाटेत त्यांना एक नेहमीचा ओळखीचा माणूस भेटला. तो माणूस तानाजी आणि शिवाजी यांना आधीपासूनच ओळखत होता. तानाजी त्याच्याशी गप्पा करतात. बोलता बोलता तो आळखीचा माणूस तानाजीला सांगतो की, शिवाजी महाराज आज काल कोंढाणा किल्ल्यावरून खूप परेशान आहेत.

त्यावर तानाजी विचारतो, "पण असे कशामुळे?" त्यावर ती व्यक्ती तानाजीला सांगते की हा किल्ला जीजाबाईंना आपल्या कक्षातून दिसतो. त्यामुळे हा कोंढाणा किल्ला जिंकून तो आपल्या ताब्यात घ्यावा, अशी जीजाबाईंची जबरदस्त इच्छा आहे. पण आतापर्यंत असे करणे कोणालाही शक्य झाले नाही कारण हा किल्ला आता तरी उदयभानूच्या ताब्यात आहे. त्यामुळे उदयभानूचा पराभव करून तो किल्ला आपल्या ताब्यात घेणे ही काही सोपी गोष्ट नाही.

यावर तानाजी परत विचारात पडले. त्यांनी थोडा वेळ विचार केला आणि ते परत शिवाजी महाराजांना भेटण्यासाठी गेले. ... तानाजी शिवाजी राजांच्या महालात पोहचले तेव्हा ते खूप खोलवर विचारात गढलेले होते.

तानाजी शिवाजी राजाजवळ जाऊन म्हणाले, "मित्रा, आपल्यामध्ये इतका दुरावा कधीपासून निर्माण झाला आहे की, तू आपल्या मनातील गोष्टही मला सांगत नाहीस?"

त्यावर शिवाजी राजे म्हणाले, "आतापर्यंत अशी कोणती गोष्ट मी तुझ्यापासून लपविली नाही."

तानाजी म्हणाला, "कोंढाणा किल्ला जिंकण्याची तुमच्या मनात जी इच्छा आहे, ती तुम्ही मला का सांगितली नाही?"

शिवाजी राजे म्हणाले, "मित्रा, तुझ्या घरी आता विवाहाचे वातावरण आहे. या सर्व गोष्टीची तू कशाला चिंता करीत आहेस? ज़ा, यावेळी विवाहाचा आनंद घे. आपण या गोष्टीवर नंतर चर्चा करू."

त्यावर तानाजी म्हणाला, "नाही मित्रा, या सर्वांच्या आधी माझ्यासाठी तू आहेस. आपले मित्रप्रेम आणि देशप्रेम आहे. तुम्ही जर या किल्ल्यामुळे काळजीत असाल तर मी तुम्हाला वचन देतो की, आधी हा कोंढाणा किल्ला आपल्या ताब्यात येईल आणि त्यानंतरच मग मी माझ्या मुलाचे लग्न करीन."

त्यावर काळजीत पडून शिवाजी महाराज म्हणाले, "अरे मित्रा, असे काय म्हणत आहेस? ही हार-जीत तर येतच राहणार आहे. जा आधी आपल्या मुलाचे लग्न कर. त्याच्या आनंदात सहभागी हो."

तानाजी म्हणाला, "नाही मित्रा, हिंदवी स्वराज्याची स्थापना करणे आणि त्याचे संरक्षण करणे हा माझ्या जीवनातील पहिला आनंद आहे आणि त्यासाठी मी वचनबद्ध आहे."

तानाजी म्हणाले, "ही खूप चांगली संधी आहे. मी सैन्याची एक तुकडी घेऊन तसचे सूर्याजी आणि शेलार मामाला सोबत घेऊन क़ाही दिवसातच कोंढाण्यावर आक्रमण करतो आणि कोंढाणा स्वराज्याच्या नावाने करतो. त्यांनंतर मग आपण सर्व मिळून दुहेरी आनंद साजरा करू या. एक कोंढाण्यावर विजय मिळविला म्हणून तर दुसरा माझ्या मुलाच्या विवाहाचा."

शेवटी तानाजीने खूपच हट्ट धरल्यामुळे शिवाजी महाराजांना विवश होऊन तानाजीला कोंढाण्यावर आक्रमण करण्यासाठी पाठविण्याची परवानगी द्यावी लागली.

९

कोंढाणा युद्ध

क़ोंढाणा किल्ला पुन्हा एकदा आपल्या ताब्यात घेण्यासाठी तानाजीने तयारी सुरू केली. घरी गेल्यावर सूर्याजी आणि शेलार मामाला सोबत घेऊन ते शस्त्रे जमा करण्याच्या कामाला लागले.

त्यांना अशा अवस्थेत पाहून त्यांची पत्नी सावित्रीबाईने तानाजीला आडविले आणि विचारले, "अशा विवाहाच्या प्रसंगी तुम्ही अशा प्रकारे युद्धावर जाण्याचा पोषाख का चढविला आहे?"

तानाजी सावित्रीबाईकडे पाहतात, पण तिला काही सांगण्याचे त्यांना धाडस होत नाही. क़ारण मुलाचा विवाह सोडून जायला निघाल्यामुळे ती खूप नाराज होईल, हे तानाजीला माहीत होते.

सावित्रीबाईंनी पुन्हा पुन्हा विचारल्यावर तानाजी हळू आवाजात म्हणतात, "... मी कोंढाणा किल्ल्यावर आक्रमण करण्यासाठी जात आहे."

हे शब्द ऐकताच सावित्रीबाई आश्चर्यचकित होतात. त्यांचा या गोष्टीवर विश्वासच बसत नाही. "हे तुम्ही काय बोलत आहात? असे कसे काय होऊ शकते? तुमच्या मुलाचे लग्न आहे आणि तुम्ही युद्धावर जायला निघाला आहात?"

त्यावर तानाजी म्हणाला, "होय, तू जे ऐकत आहेस तेच सत्य आहे. सावित्री मी माझा राजा आणि राज्याबद्दल निष्ठावान राहण्याची शपथ घेतली आहे.

माझ्यासाठी मातृभूमीचे संरक्षण करणे सर्वाधिक महत्त्वाचे आहे. त्यामुळे माझे युद्धावर जाणे अपरिहार्य आणि अत्यावश्यक आहे."

"पण तुम्ही या युद्धावर विवाह झाल्यानंतरही जाऊ शकता. आताच जाणे आवश्यक आहे का?" सावित्रीबाईनी विचारले.

"सावित्री आज चांगली संधी आहे. आम्ही आज रात्री लपून किल्ल्यावर आक्रमण करणार आहोत. त्यासाठी सर्व तयारी पूर्ण झाली आहे. मी एकटाच या युद्धावर जात नाही तर सूर्याजी आणि शेलार मामाही सोबत आहेत. तू काही काळजी करू नकोस. आम्ही या किल्ल्यावर विजय मिळवून लवकरच परत येणार आहोत. त्यानंतर मग आपला मुलगा रायबाचा विवाह अतिशय धामधुमीत करणार आहोत."

तोच त्या ठिकाणी शेलार मामा आले आणि सावित्रीबाई शेलार मामाला म्हणाल्या, "हे मी काय ऐकत आहे? आता तुम्ही तरी त्यांना समजावून सांगा. विवाहाची सर्व तयारी झाली आहे. त्यामुळे कृपा करून तुम्ही आता जाऊ नका."
... पण शेलार मामा काहीही सांगू शकले नाहीत. ते फक्त चुपचाप उभे राहिले.

त्यावर तानाजी सावित्रीबाईंना म्हणाले, "एका यौद्ध्याची पत्नी म्हणून तू मला पूर्वीसारखा निरोप देणार नाहीस? तू निरोप दिला नाहीस तर मी कसा जाणार?"

सावित्रीबाईच्या डोळ्यात आसवे जमा झाली. त्या काहीही बोलल्या नाहीत. त्या तिथून उठल्या आणि घरातील पूजाघरात असलेली एक थाळी त्यांनी उचलली. तिच्यात दिवा बत्ती लाऊन त्यांनी तानाजीचे औक्षण केले. त्यांच्या माथ्यावर टिका लावला. यावेळी सावित्रीबाईच्या डोळ्यातून अखंड आसवे वाहत होती. तानाजीही थोडे भावूक झाले होते, पण आपण विजयी होणारच हा विश्वास त्यांच्या चेहऱ्यावर दिसून येत होता.

तानाजी, शेलार मामा आणि सूर्याजी यांच्या सोबतीने तिथून निघतात. सावित्रीबाई आपल्या घराच्या दारात उभे राहून त्यांच्याकडे एकटक पाहत राहतात.

यावेळी कोंढाणा किल्ल्याचे रक्षण करण्याची जबाबदारी उदयभान सिंग राठोड या राजपूताची होती. हा राजपूत यौद्धा फक्त स्वार्थापोटी मोगल सैन्यात सहभागी झाला होता. उदयभानू अतिशय आडमूठ आणि संतप्त स्वभावाचा

होता. आपले राज्य औरंगजेबापासून वाचविण्याच्या हेतूने आणि सभोवतालच्या इतर राजांच्या राज्यावर आपली हुकूमत चालविण्याच्या इच्छेमुळे तो मोगलांची चाकरी आणि चमचेगिरी करीत होता. त्याने आपल्या धर्माचा त्याग करून मुसलमान धर्माचा स्वीकार केला होता. क़ोंढाणा किल्ल्याच्या संरक्षणाची जबाबदारी राजा जयसिंगाने त्याच्यावर सोपविली होती. उदयभानूकडे पाच हजारापेक्षा जास्त सैनिक होते आणि ते सर्व किल्ल्याच्या भोवताली तैनात करण्यात आले होते. तेथील सुरक्षा व्यवस्था इतकी भयंकर होती की सैनिकांच्या परवानगीशिवाय पक्षीही तिथे पंख पसरू शकत नव्हता.

उदयभानू आपल्या किल्ल्याच्या सुरक्षिततेची तपासणी करीत फिरत होता. शिवाजी महाराजांनी तानाजीवर एक मोहीम सोपविली आहे, ही गोष्ट तोपर्यंत त्याच्या गावीही नव्हती. उदयभानू आपल्या सेनापतीला सांगत होता, "या कोंढाणा किल्ल्याची सुरक्षा व्यवस्था इतकी चांगली असायला हवी की, या किल्ल्याकडे कोणी चुकूनही डोळा वर करून पाहू नये. सेच किल्ल्याच्या बाहेर कोणीही व्यक्ती फिरताना आढळून आली तर लगेच त्याला मारून टाकावे."

तानाजीने बरोबर मध्यरात्री या मोहिमेला सुरूवात केली. क़ोंढाण्याच्या दिशेने गुपचूपपणे एक हजार सैनिक सोबत घेऊन तानाजी फेब्रुवारी १६७० मध्ये गारठा असलेल्या आंधाऱ्या मध्यरात्री निघाला.

ही काळोखी रात्र होती. चहुबाजूला फक्त जंगली जनावरांच्या ओरडण्याचे आणि कण्हण्याचे आवाज तेवढे ऐकू येत होते. आगामी वादळापूर्वीची जणू काही ती भयानक अशी शांतता होती. क़ोंढाणा किल्ला ज्या डोगरावर स्थित होता, त्या डोंगरावर चढणे अतिशय अवघड होते. क़ारण त्याची बनावट, उंची आणि मजबूतपणाला भेदणे अशक्य होते. अशा वेळी त्या किल्ल्यामध्ये कसा प्रवेश करणार हा खरा प्रश्न होता. सर्व जण हळूहळू शांतपणे किल्ल्याच्या दिशेने निघाले होते.

तानाजी आपल्यासोबत एक पाळीव घोरपड ठेवीत असत. ती त्यांची पाळलेली घोरपड होती. तिचे नाव यशवंती होते. यशवंतीने अनेक वेळा तानाजीला संकटातून वाचविले होते. आणि आपले काम पूर्ण केले होते. घोरपड हा एक पालीच्या जातीचा प्राणी असतो आणि त्याचे वैशिष्ट्ये असे असते की, तिची पकड अतिशय

मजबूत असते. तिने जर एखाद्या वस्तूला धरले तर तिला त्याच्यापासून सोडविणे काहीही केले तरी खूप अवघड असते. तसेच ती एका माणसाचे वजन अगदी सहजपणे पेलू शकते. तानाजी तिचा वापर कुठेही चढण्यासाठी आणि दोरीचा फासा देण्यासाठी करीत असत. यशवंतीही आपले काम चांगल्या प्रकारे जाणून होती आणि आतापर्यंत कधीही तिने तानाजीला निराश केले नव्हते.

पण आजची रात्र मात्र खूपच धोकादायक होती. यशवंतीसाठीही ती एक परीक्षा होती कारण तानाजी समोर किल्ल्यावर चढण्याचा एकमेव उपाय म्हणून यशवंतीच होती. आपल्या पाच हजार सैनिकांसह उदयभान सिंग किल्ल्यामध्ये होता. आजच्या रात्री एक भयानक वादळ येणार असल्याची त्याला आतमध्ये कल्पनाही नव्हती. तो तर आतमध्ये शांतपणे आराम करीत होता.

उदयभानच्या तुलनेत कमी सैन्य सोबत होते तरीही तानाजी पुढे जात होते. तानाजीने आपला भाऊ सूर्याजीला खाली राहण्यासाठी सांगितले आणि यशवंतीला किल्ल्याच्या दिशेने फेकले. पण यशवंती किल्ल्यावर आपली पकड मजबूत करू शकली नाही आणि ती खाली आली. तानाजीने तिला दुसऱ्यांदा फेकले आणि ती तेव्हाही आपली पकड बनवू शकली नाही. यशवंतीने पहिल्या वेळी आपली पकड बनविली नाही, असे आज पहिल्यांदाच झाले होते. सूर्याजी आणि शेलार मामा यांना हा एखादा अपशकून वाटला. तानाजीच्या अनेक मराठा सैनिकांनीही हा अपशकून असल्याचे सांगितले आणि आजचा दिवस आपल्यासाठी योग्य नसल्याचे म्हणाले. त्यामुळे कदाचित आपल्याला पराभवाचे तोंड पाहावे लागू शकेल. पण तानाजीच्या डोक्यात मात्र फक्त एकच विचार होता, कोंढाणा किल्ला.

तानाजीने आणखी एकदा यशवंतीला वर फेकले आणि यावेळी यशवंतीने निराश केले नाही. ती एका भिंतीला पकडून राहिली आणि तिथे तिने आपली जोरदार पकड बनविली. तानाजी स्वतः त्यांचे नेतृत्त्व करीत सर्वात पुढे चढले. मग त्यांनी यशवंतीला सोडले आणि दोरी बांधली. अशा प्रकारे तानाजीने बांधलेल्या दोरीला धरून मराठे सैनिक वर चढू लागले.

इतक्या शांत रात्रीही जराही आवाज न होऊ देता वर चढणे ही एक कला होती. ज़वळपास ३०० सैनिकच वर चढले नसतील तोच किल्ल्यावरील पहारेदारांना त्यांच्या येण्याची चाहूल लागली.

मराठा सैनिकांनी त्या पहारेदाराना लगेच यमसदनी पाठविले. पण त्यावेळी झालेल्या शस्त्रांच्या आवाजामुळे गडाचे रक्षण करणारे सैन्य जागे झाले. त्यामुळे तानाजी समोर एक गंभीर समस्या उभी राहिली. मराठ्यांचे ७०० सैनिक अजून खालीच राहिले होते आणि आपल्यापेक्षा संख्येने किती तरी अधिक असलेल्या सैनिकांशी त्यांना दोन दोन हात करायचे होते. क़ारण तिथे उदयभानू आपल्या पाच हजार सैनिकांसह तिथे शस्त्रांनी युक्त होता.

शेवटी तानाजीने मनातल्या मनात निश्चय केला की आता आपण मागे हटायचे नाही. त्याने आपल्या सैनिकांना आक्रमण करण्याचा आदेश दिला. आता युद्धाला सुरूवात झाली होती. मराठ्यांचे अनेक सैनिक यावेळी कामी आले होते, पण त्यांनीही अनेक मोगल सैनिकांना यमसदनी पाठविले होते. आपल्या सैनिकाची हिमत वाढविण्यासाठी तानाजी अतिशय जोरजोरात गात होते.

थोड्यावेळानंतरच मोगलाचा सुभेदार उदयभानू तानाजीच्या समोर आला. त्याने युद्धासाठी तानाजीला आव्हान दिले. तानाजी उदयभानूवर तुटून पडले. यावेळी मराठा सैनिकांच्या समोर अनेक अडचणी येत होत्या. एक तर त्यांची संख्या उदयभानूच्या सैन्याच्या तुलनेत खूपच कमी होती. तरीही तानाजी आपल्या एकट्याच्या बळावर उदयभानूच्या सैन्याला लोळवित होता. या रात्रीचा इतका दूरवरचा प्रवास. या धोकादायक मोहिमेची चिंता, या किल्ल्यावर दोराच्या सहाय्याने चढून येणे आणि इतक्या शौर्याने घमासान युद्ध करणे हे सर्व तानाजीसाठी खूपच थकवा आणणारे होते.

त्यानंतर उदयभानूशी तत युद्ध करीत राहणे आणि त्याच्या सैन्याला थोपवून धरणे हे काम तानाजीसाठी अतिशय अवघड होते. तानाजीने उदयभानूवर अतिशय जोरदार हल्ले केले. उदयभानूनेही तानाजीवर अतिशय जोरदार वार केले. अशा प्रकारे उदयभानूचे वार झेलीत असताना तानाजीची ढाल तुटली. त्यामुळे तानाजीला वार झेलण्यासाठी अतिशय अडचण निर्माण होऊ लागली. अशा वेळी तानाजीने आपला पराक्रम दाखवित आपल्या डोक्याची पगडी आपल्या हाताला बांधली. त्या पगडीवर तो आता उदयभानूचे वार झेलू लागला. दोघांच्या दरम्यानचे हे युद्ध बराच काळ सुरू राहिले. त्यामुळे दोघेही अतिशय वाईटरित्या जखमी झाले होते.

जितका वेळ शक्य झाले तितका वेळा तानाजी युद्ध करीत राहिले. त्यातून ते आपल्या सैनिकांना हिमत देत होते. सूर्याजी आणि शेलार मामा यांच्या नेतृत्त्वाखाली खाली उभे असलेले ७०० सैनिक किल्ल्यावरील पहारेदारीला भेदून किल्ल्यावर प्रवेस करण्यात यशस्वी झाले.

सूर्याजी आणि शेलार मामा यांनी आत प्रवेश करताच ते शत्रूवर तुटून पडले. एकेक करून उदयभानूच्या सैनिकांना यमसदनी पाठवित राहिले. अशा प्रकारे मराठा सैनिक आता पूर्णपणे किल्ल्याच्या आत प्रवेशले होते. त्यामुळे मोगल सैन्य आता मागे हाटू लागले.

पण इतक्यात तिथे अचानक असे काही तरी झाले की ते पाहून सूर्याजी आणि शेलार मामा आश्चर्यचकित झाले. अनेक मराठा सैनिक घाबरून दरवाजाच्या दिशेने पळू लागले. त्रांहीमाम, त्राहीमाम सारख्या शब्दाचा उच्चार करू लागले. हे पाहून सूर्याजी समोर आला आणि तिथे तानाजी बेशुद्ध होऊन पडल्याचे त्याला आढळून आले. उदयभानूशी दीर्घकाळ युद्ध केल्यानंतर त्याच्या सैनिकांनी तानाजीला चारी बाजूने घेराव घालून त्यांना खूप जखमी केले होते त्यामुळे असे झाले होते.

आपला नेता खाली पडलेला पाहून मराठी सैनिकाच्या पायाखालची धरती सरकली. तानाजी बेशुद्ध होण्याच्या आधी त्यांच्या सैन्यामध्ये खूप नैराश्य पसरले होते, आणि मनातल्या मनात त्यांनी आपला पराभव मान्य केला होता. तेव्हा तानाजीला सावरण्यासाठी सूर्याजी तिथे पोहचले होते, पण दीर्घकाळ युद्ध केल्यामुळे तसेच खूप जास्त जखमी झाल्यामुळे तानाजी आपला जीव गमावून बसले होते.

अशा संकटाच्या वेळी शेलार मामा आणि सूर्याजी यांनी आपली हिमत सोडली नाही. त्यांनी सर्व मराठा सैनिकांना समजावले तसेच सर्वांना तानाजीच्या शौर्याची आणि धाडसाची जाणीव करून दिली.

सूर्याजीने सैन्याला ऊर्जेने भरण्यासाठी म्हटले, "तानाजीच्या मृत्यूमुळे तुम्ही खरोखरच थोडेसे जरी प्रभावित झाला असाल तर आज त्यांच्यासाठी उठून उभे रहा. त्यांच्यासाठी आपल्याला हे युद्ध जिंकून दाखवायचे आहे."

सैन्याला याची चांगल्या प्रकारे जाणीव झाली की आपल्या नेतृत्त्वाला श्रद्धांजली वाहण्याची ही एक चांगली संधी आहे की काहीही करून या किल्ल्यावर विजय

मिळवावा. त्यानंतर सैन्याचा उत्साह कमी होण्याऐवजी दुप्पट वाढला. ते पहिल्यापेक्षा अधिक उत्साहाने मोगलांवर तुटून पडले.

क़ाही वेळातच पाहता पाहता मोगल सैनिकांनी मराठा सैनिकासमोर शरणागती पत्करली. ... हे एक ऐतिहासिक दृष्य होते. संख्येने कमी असलेल्या मराठी सैनिकांनी मोगल सैनिकांना पराभूत केले होते. तानाजीच्या प्रेरणेमुळेच मराठा सैनिकांना शेवटपर्यंत लढण्याचा धीर मिळाला. त्यांच्या हिमतीच्या बळावरच मराठी सैन्य हिमतीने लढू शकले.

मोगल सरदार उदयभानू शेलार मामाच्या हातून मारला गेला. तसेच संपूर्ण किल्ल्यावरील सुरक्षा व्यवस्था उद्धवस्त झाली. शेकडो मोगल सैनिक स्वतःला वाचविण्यासाठी म्हणून किल्ल्यावरून उडी मारते झाले आणि त्यातच ते मारले गेले.

मराठ्यांना खूप मोठा विजय मिळाला. मराठ्यांनी मग गडावरील हिरवा ध्वज काढून तिथे भगव्या रंगाचा मराठी झेंडा फडकावला.

१०

गड आला; पण सिंह गेला

क़ोंढाण्याच्या युद्धावर जाण्याच्या आधी शिवाजी महाराजांनी तानाजीला सांगितले होते, "ज़ेव्हा तुम्हाला तिथे विजय मिळेल तेव्हा मशाली पेटवा. आणि त्यातून आम्हाला विजयाची माहिती आगीच्या स्वरूपात द्यावी."

शिवाजी महाराजांच्या आज्ञेनुसार मराठा सैनकांनी तिथे जाऊन मशाली पेटविल्या. तिकडे जीजाबाई आपल्या खिडकीत बसून डोळ्याची पापणी न लवविता कोंढाण्याकडे नजर लाऊन बसल्या होत्या. रात्रीच्या आंधारात त्यांनी किल्ल्यावर धगधगणाऱ्या ज्वाला पाहिल्या तेव्हा त्यांच्या मनात आनंद मावेनासा झाला. ख़रं तर त्यांना पुन्हा एकदा खात्री करून हवी होती, की हा त्यांच्या विजयाचाच संकेत आहे. त्यामुळे त्यांनी सकाळपर्यंत वाट पाहण्याचा निर्णय घेतला.

इकडे एका मोठ्या विजयाच्या नंतरही क़ारण आज त्यांचा एक शूर वीर यौद्धा कामी आला होता.

शिवाजी महाराजांना ही विजयाची बातमी कळली तेव्हा ते आनंदाने कोंढाण्याकडे धावत निघाले. आपण स्वतः तिथे जाऊन तानाजीचे अभिनंदन करण्याची त्यांची इच्छा होती. त्यांनी सैनिकांच्या गराड्यामध्ये सूर्याजी, शेलार मामा आणि इतर मुख्य सैनिकांना उभे राहिलेले पाहिले. त्यात तानाजी दिसत नाही असे पाहून महाराज विचलित झाले. ... मग त्यांनी सूर्याजीकडे जाऊन विचारले, "माझा सिंह

कुठे आहे?" पण त्यावर सूर्याजी काहीच बोलला नाही. तो खाली मान घालून उभा राहिला. त्याचे डोळे भरून आले होते.

शिवाजी महाराजांच्या पायाखालची जमिन सरकली होती. ते मौन अवस्थेमध्ये काही क्षण मटकन खाली बसले. तानाजीच्या मृत्यूची बातमी ऐकून शिवाजी महाराज स्फुंदून स्फुंदून रडू लागले. रडडत रडतच ते म्हणाले, "ग़ड आला; पण सिंह गेला."

शत्रूवर विजय मिळविला म्हणून काही वेळ आधीपर्यंत स्वतःला धन्य समजणाऱ्या राजमाता जीजाबाई यांना तानाजीला वीरगती मिळाल्याची बातमी कळली तेव्हा त्या अतिशय दुःखी झाल्या आणि तानाजीची आठवण काढून रडू लागल्या.

युद्धामध्ये विजय मिळविल्यावर सूर्याजी आणि शेलार मामा घरी जायला निघाले तेव्हा सावित्रीबाई डोळ्यात प्राण आणून त्यांची वाट पाहत होत्या. वीर तानाजी पुन्हा एकदा विजयी होऊन परत येणार आहे, हे त्यांना माहीत होते.

शेलार मामा आणि सूर्याजी दरवाजात येताच सावित्रीबाई धावत धावत त्यांच्याकडे आल्या. पण समोरील दृष्य पाहून त्यांचे डोळे विस्फारलेलेच राहिले. तानाजीचे पार्थीव त्यांच्या समोर आणले जाते.

त्यांचा या दृष्यावर विश्वास बसत नाही आणि त्या धावत जाऊन शेलार मामाला विचारतात, "अहो, तानाजी तर एका वीराच्या पोषाखात युद्ध लढण्यासाठी गेले होते. मग त्यांना अशा प्रकारे उचलून का आणले जात आहे, मामा?"

त्यावर मामा काहीच बोलू शकले नाही. रडत रड़त त्यांनी आपली मान खाली घातली. त्यानंतर त्या सूर्याजीकडे गेल्या आणि त्यांना म्हणाल्या, "तुम्ही काही बोलत का नाहीत? तुमच्या मोठ्या भावाला काय झाले आहे?"

त्यावेळी सूर्याजी तिला म्हणतो, "वहिनी, आता हेच जीवनाचे सत्य आहे. तुम्हाला ते स्वीकारावेच लागणार आहे."

सावित्रीबाई म्हणाल्या, "नाही, असे होऊ शकत नाही. तानाजी वीर पुरूष आहेत. साधी सुधी जखम झाल्यामुळे ते अशा प्रकारे धारातीर्थी पडू शकत नाहीत."

तिथे जवळच उभा असलेला त्यांचा पुत्र रायबा सर्व काही पाहत होता. हा त्याच्या जीवनातील सर्वात दुःखद क्षण होता. तो आपल्या आईकडे जातो आणि तिला सावरण्याचा प्रयत्न करतो. सावित्रीबाई काही क्षण काहीच बोलत नाही. ती

फक्त फटफटलेल्या डोळ्यांनी तानाजीच्या पार्थिवाकडे पाहत राहते. क़ाही वेळा नंतर ती हे सत्य स्वीकारते की आता ते परत कधीही उठून बोलणार नाहीत. त्याच बरोबर त्या स्वतःला आतल्या आत गौरवान्वित अनुभवतात. आपल्याला अशा वीराची अंर्धागिंनी होण्याचे भाग्य मिळाले आहे, याचा त्यांना अभिमान वाटू लागतो.

अशा प्रकारे मालुसरे कुटुंबामध्ये दुःखाचे वातावरण पसरते. त्या ठिकाणी जिथे इतके दिवस विवाहाची तयारी केली जात होती तिथेच आता अंत्यविधीच्या तयारीला सुरूवात होते.

क़ोंढाणा किल्ल्यावर विजय मिळविल्याची बातमी सर्वत्र पसरली. तानाजीच्या मृत्यूंनतर दीर्घकाळ शिवाजी महाराज गाढ दुःखात हरवून गेले होते. आपल्या मित्राच्या आठवणी त्यांच्या मनातून विसरू म्हणता विसरत नव्हत्या. राजमाता जीजाबाई आपल्या महालातून क़ोंढाणा किल्ल्यावर फडकणारा भगवा ध्वज पाहतात तेव्हा त्यांचे मन आनंदाने भरून जाते, पण त्याच वेळी त्यांचे मन दुःखाने भरून जाते कारण तानाजी, ज्याला बालपणापासून आपल्या मुलासारखे सांभाळले होते, तो या युद्धात कामी आला होता.

त्यानंतर शिवाजी महाराजांनी एक घोषणा केली. त्यांनी कोंढाणा किल्ल्याचे नाव बदलून तानाजीच्या स्मृतिप्रित्यर्थ 'सिंहगड' असे ठेवले. क़ारण शिवाजी महाराज तानाजीला सिंह म्हणत असत. त्या दिवसापासून आजपर्यंत कोंढाणा किल्ला सिंहगड या नावानेच ओळखला जातो. तो तानाजी मालुसरे यांचा पराक्रम आणि शौर्य याच्यासाठी जगप्रसिद्ध आहे.

उपसंहार

त्यानंतर हळूहळू शिवाजी महाराजांनी पुरंदरच्या तहानुसार मोगलांना दिलेले सर्व २३ किल्ले आपल्या ताब्यात घेतले. आपल्या शौर्याचा परिचय करून देत शिवाजी महाराजांनी १६७४ मध्ये संपूर्ण स्वराज्याची स्थापना केली. ते स्वतः या राज्याचे राजे झाले. तेव्हापासून त्यांची छत्रपती शिवाजी महाराज अशी ओळख निर्माण झाली. ज़से की आपण या पूर्वी वाचले आहे त्याप्रमाणे कठीणातल्या कठीण प्रसंगी तानाजी मालुसरे शिवाजी महाराजांच्या सोबत होते. त्यांनी शिवाजी महाराजांसाठी पूर्ण निष्ठेने आपले कर्तव्य पार पाडले. त्यांनी एका वीर आणि पराक्रमी यौद्ध्याचे जीवन फ़रिपूर्ण स्वरूपात जगले.

तानाजी मालुसरे यांना आपण आज भारतातील आणि मराठी साम्राज्यातील एक महान यौद्धा म्हणून आठवतो. आपण कधी जर काही कारणामुळे शिवाजीबद्दल बोलायला लागलो तर त्यांच्या बरोबरीने तानाजीचा विषय निघाल्याशिवाय राहत नाही. याच्या आधीही वीर तानाजी मालुसरे यांच्यावर अनेक पुस्तके प्रकाशित झाली आहेत. अशा वीर आणि महान यौद्ध्याला आपण नेहमी लक्षात ठेवूत. शेवटी त्यांना कोटी कोटी प्रणाम.